Bộ Nguyên tắc Quản trị Công ty G20/OECD 2023

OECD
BETTER POLICIES FOR BETTER LIVES

Bộ Nguyên tắc Quản trị Công ty của G20/OECD được nêu trong Phụ lục của Khuyến nghị của OECD về Nguyên tắc Quản trị Công ty [OECD/LEGAL/0413] được Hội đồng OECD thông qua vào ngày 8 tháng 7 năm 2015 và được sửa đổi vào ngày 8 tháng 6 năm 2023. Bộ Nguyên tắc này đã được G20 phê chuẩn vào tháng 9 năm 2023. Để truy cập vào văn bản chính thức của Khuyến nghị cũng như các thông tin liên quan khác, vui lòng tham khảo Bản trích yếu các công cụ pháp lý của OECD tại https://legalinstruments.oecd.org.

Tài liệu này, cùng dữ liệu và các bản đồ được sử dụng không mang định kiến về thực trạng hay chủ quyền đối với bất cứ vùng lãnh thổ nào, cũng như sẽ không ảnh hưởng tới việc phân định các đường biên giới/ranh giới quốc tế, và tên gọicủa bất cứ vùng lãnh thổ, thành phố hay khu vực nào.

Vui lòng trích dẫn ấn phẩm này như sau:
OECD (2024), *Bộ Nguyên tắc Quản trị Công ty G20/OECD 2023*, OECD Publishing, Paris, https://doi.org/10.1787/5e30b009-vi.

ISBN 978-92-64-67034-1 (in)
ISBN 978-92-64-85020-0 (PDF)
ISBN 978-92-64-79472-6 (HTML)
ISBN 978-92-64-77173-4 (epub)

Tên gốc: OECD (2023), *G20/OECD Principles of Corporate Governance 2023*, OECD Publishing, Paris, https://doi.org/10.1787/ed750b30-en.
Trong trường hợp có bất kỳ sự khác biệt nào giữa tác phẩm gốc và bản dịch, chỉ văn bản của tác phẩm gốc mới được coi là hợp lệ.

Tác giả ảnh: Capa © Andrew Esson/Baseline Arts Ltd.

Các ấn phẩm của OECD được truy cập trực tuyến tại: https://www.oecd.org/en/publications/support/corrigenda.html.

Lời nói đầu

Bộ Nguyên tắc Quản trị Công ty G20/OECD cung cấp hướng dẫn để giúp các nhà hoạch định chính sách đánh giá và cải thiện khuôn khổ pháp lý, quy định và thể chế về quản trị công ty nhằm hỗ trợ cải thiện niềm tin và sự minh bạch của thị trường, hiệu quả kinh tế, tăng trưởng bền vững và ổn định tài chính.

Là tài liệu tham chiếu chuẩn quốc tế về quản trị công ty tốt, *Bộ Nguyên tắc* có phạm vi tiếp cận toàn cầu và phản ánh kinh nghiệm và tham vọng của nhiều quốc gia với các hệ thống pháp lý khác nhau và ở các giai đoạn phát triển khác nhau. *Bộ Nguyên tắc* cũng là một trong các Tiêu chuẩn Then chốt cho Hệ thống Tài chính Vững mạnh của Hội đồng Ổn định Tài chính.

Bộ Nguyên tắc sửa đổi này là kết quả công việc trong 18 tháng. Những thay đổi này phản ánh mong muốn mạnh mẽ của tất cả các Thành viên OECD và G20 là *Bộ Nguyên tắc* cung cấp được hướng dẫn về bền vững và năng lực chống chịu của các công ty, đồng thời giúp các công ty quản lý rủi ro môi trường và xã hội, nắm vững về công bố thông tin, vai trò và quyền của cổ đông cũng như các bên có quyền lợi liên quan và trách nhiệm của Hội đồng Quản trị công ty.

Trước tiên, *Bộ Nguyên tắc* giúp các công ty cải thiện khả năng tiếp cận tài chính, đặc biệt từ các thị trường vốn. Nhờ đó, *Bộ Nguyên tắc* thúc đẩy đầu tư, đổi mới sáng tạo, tăng trưởng năng suất, và thúc đẩy sự năng động kinh tế rộng rãi hơn.

Thứ hai, *Bộ Nguyên tắc* cung cấp một khuôn khổ để bảo vệ nhà đầu tư, bao gồm các hộ gia đình sử dụng tiền tiết kiệm để đầu tư. Một cơ cấu quy trình chính thức nhằm thúc đẩy sự minh bạch và trách nhiệm giải trình của các thành viên Hội đồng Quản trị và thành viên Ban Điều hành đối với cổ đông sẽ giúp xây dựng niềm tin trên thị trường.

Thứ ba, *Bộ Nguyên tắc* hỗ trợ sự bền vững và năng lực chống chịu của các công ty, từ đó góp phần xây dựng sự bền vững và năng lực chống chịu của nền kinh tế nói chung.

Mục tiêu của *Bộ Nguyên tắc* là giúp cải thiện khả năng tiếp cận thị trường tài chính của các công ty trong một môi trường mà kỳ vọng của nhà đầu tư ngày càng tăng và giúp hỗ trợ niềm tin của nhà đầu tư trên cơ sở thông tin thị trường minh bạch hơn và tăng cường các quyền của nhà đầu tư.

Bộ Nguyên tắc sẽ giúp đề cập vai trò ngày càng tăng của các nhà đầu tư tổ chức bằng cách thúc đẩy việc áp dụng bộ quy tắc dành cho nhà đầu tư tổ chức và công khai các xung đột lợi ích thông qua các dịch vụ tư vấn, như tư vấn cho nhà đầu tư và các nhà cung cấp chỉ số Môi trường, Xã hội và Quản trị. *Bộ Nguyên tắc* cũng bao gồm những khuyến nghị mới phản ánh tầm quan trọng ngày càng tăng của nợ công ty và vai trò của trái chủ trên thị trường vốn.

Các nhà hoạch định chính sách, cơ quan quản lý, tổ chức quốc tế, và các bên tham gia thị trường có vai trò quan trọng trong việc áp dụng hiệu quả *Bộ Nguyên tắc* để các quốc gia và công ty có thể tiếp tục được hưởng lợi của quản trị công ty tốt. OECD sẽ tiếp tục phối hợp chặt chẽ với tất cả các cơ quan nhà nước có thẩm quyền liên quan và các đối tác khác để thúc đẩy việc thực hiện *Bộ Nguyên tắc* trên toàn cầu.

Mathias Cormann,
Tổng Thư ký OECD

Lời giới thiệu

Bộ Nguyên tắc Quản trị Công ty G20/OECD là tiêu chuẩn quốc tế hàng đầu về quản trị công ty. Mục tiêu của *Bộ Nguyên tắc* là giúp các nhà hoạch định chính sách và nhà quản lý đánh giá và cải thiện các khuôn khổ pháp lý, quy định, và thể chế về quản trị công ty nhằm hỗ trợ niềm tin và sự toàn vẹn của thị trường, hiệu quả kinh tế, tăng trưởng bền vững, và ổn định tài chính.

Bộ Nguyên tắc đã được rà soát toàn diện trong giai đoạn 2021-2023 để cập nhật dựa trên những diễn biến gần đây về quản trị công ty và trên thị trường vốn. *Bộ Nguyên tắc* sửa đổi đã được Hội đồng cấp Bộ trưởng OECD phê chuẩn tháng 6 năm 2023 (*Bộ Nguyên tắc* được đưa vào Khuyến nghị về Nguyên tắc Quản trị Công ty của OECD [OECD/LEGAL/0413]) và được các Nhà lãnh đạo G20 phê chuẩn vào tháng 9/2023. *Bộ Nguyên tắc* cũng là một trong các Tiêu chuẩn Then chốt cho Hệ thống Tài chính Vững mạnh của Hội đồng Ổn định Tài chính, và là cơ sở cho các báo cáo của Ngân hàng Thế giới về Tình hình Tuân thủ Chuẩn mực và Nguyên tắc (ROSC) trong lĩnh vực quản trị công ty.

Đợt rà soát này có hai mục tiêu chính: hỗ trợ nỗ lực của các quốc gia nhằm tạo điều kiện cho các công ty tiếp cận tài chính từ thị trường vốn, và thúc đẩy các chính sách quản trị công ty nhằm hỗ trợ sự bền vững và năng lực chống chịu của các công ty, nhờ đó góp phần cho sự bền vững và năng lực chống chịu của nền kinh tế nói chung.

Theo đó, bước phát triển quan trọng trong *Bộ Nguyên tắc* là Chương mới về "Bền vững và năng lực chống chịu" phản ánh những thách thức ngày càng tăng mà các công ty phải đối mặt trong việc quản lý các rủi ro và cơ hội liên quan đến khí hậu cũng như các cơ hội và rủi ro khác liên quan đến bền vững. Chương mới này cũng tích hợp Chương IV về "Vai trò của các Bên có Quyền lợi Liên quan trong Quản trị Công ty" của phiên bản *Bộ Nguyên tắc* trước đó. Số lượng đáng kể các khuyến nghị mới cũng đã được xây dựng và tích hợp trong các chương hiện hữu của *Bộ Nguyên tắc* mà không làm thay đổi cấu trúc.

Việc rà soát *Bộ Nguyên tắc* được thực hiện bởi Ủy ban Quản trị Công ty của OECD, do ông Masato Kanda làm chủ tịch. Các thành viên OECD, G20 và các thành viên FSB tham gia trong Ủy ban và có đóng góp như nhau cho việc rà soát. Các hội nghị bàn tròn về quản trị công ty khu vực của OECD ở Châu Á và Châu Mỹ Latinh, cũng như Cộng đồng Doanh nghiệp tại OECD (BIAC) và Ủy ban Cố vấn Công đoàn (TUAC) cũng có những đóng góp quan trọng. Tham vấn cộng đồng trực tuyến và tham vấn trực tiếp với các bên có quyền lợi liên quan cũng đã được tổ chức, và chuyên gia của các tổ chức quốc tế có liên quan, đặc biệt là Hội đồng Ổn định Tài chính, Quỹ Tiền tệ Quốc tế, và Nhóm Ngân hàng Thế giới, đã tham gia rà soát.

Để bảo đảm tính chính xác và phù hợp liên tục của *Bộ Nguyên tắc*, việc rà soát đã được các nghiên cứu thực nghiệm và hoạt động phân tích sâu rộng hỗ trợ và cung cấp thông tin để xem xét những thay đổi gần đây trên cả thị trường vốn cũng như chính sách và thông lệ quản trị công ty. Các báo cáo được xây dựng đã cung cấp thông tin để Ủy ban lựa chọn các lĩnh vực ưu tiên để cân nhắc trong quá trình rà soát cũng như bản thân các bản sửa đổi.

Hiện tại, OECD, G20 và các bên có liên quan sẽ nỗ lực thúc đẩy và giám sát việc thực hiện hiệu quả *Bộ Nguyên tắc* sửa đổi trên toàn cầu. Việc này sẽ bao gồm việc rà soát *Phương pháp luận Đánh giá việc Thực hiện Bộ Nguyên tắc Quản trị Công ty* và xuất bản thường xuyên *Sổ tay Thông tin về Quản trị Công ty của OECD* nhằm đánh giá việc thực hiện *Bộ Nguyên tắc* ở nhiều quốc gia.

Mục lục

Giới thiệu tóm tắt về Bộ Nguyên tắc

Mục tiêu của *Bộ Nguyên tắc Quản trị Công ty G20/OECD ("Bộ Nguyên tắc")* là giúp các nhà hoạch định chính sách đánh giá và cải thiện khuôn khổ pháp lý, quy định, và thể chế cho quản trị công ty, nhằm cải thiện hiệu quả kinh tế, tăng trưởng bền vững và ổn định tài chính. Về cơ bản, điều này có thể đạt được bằng cách cung cấp cho cổ đông, thành viên Hội đồng Quản trị và thành viên Ban Điều hành, lực lượng lao động và các bên có quyền lợi liên quan khác, cũng như các trung gian tài chính và nhà cung cấp dịch vụ thông tin và động cơ phù hợp để thực hiện vai trò của mình và giúp bảo đảm trách nhiệm giải trình trong khuôn khổ cơ chế kiểm soát lẫn nhau.

Quản trị công ty bao gồm một tập hợp các mối quan hệ giữa Ban Điều hành, Hội đồng Quản trị, cổ đông của công ty, và các bên có lợi ích liên quan khác. Quản trị công ty cũng thiết lập cơ cấu và hệ thống giúp định hướng công ty và xây dựng mục tiêu của công ty, xác định phương tiện để đạt được các mục tiêu đó, và giám sát hiệu quả thực hiện mục tiêu.

Bộ Nguyên tắc không mang tính bắt buộc và không nhằm đưa ra quy định chi tiết để áp dụng trong luật pháp quốc gia. *Bộ Nguyên tắc* không thay thế và không được coi là có tác dụng phủ quyết luật pháp và quy định quốc gia. Thay vào đó, Bộ Nguyên tắc cố gắng xác định các mục tiêu và đưa ra những khuyến nghị khác nhau để đạt được các mục tiêu này, thường liên quan đến các yếu tố pháp lý, quy định, quy tắc niêm yết, cơ chế tự điều chỉnh, cam kết hợp đồng, cam kết tự nguyện, và hoạt động kinh doanh. Việc thực thi *Bộ Nguyên tắc* tại mỗi quốc gia sẽ phụ thuộc bối cảnh pháp lý và quy định của quốc gia đó. *Bộ Nguyên tắc* hướng đến việc cung cấp một tài liệu tham chiếu chặt chẽ nhưng linh hoạt cho các cơ quan hoạch định chính sách và các bên tham gia thị trường xây dựng khuôn khổ riêng về quản trị công ty. Để duy trì năng lực cạnh tranh trong một thế giới thường xuyên biến động, các công ty phải cải cách và điều chỉnh hoạt động quản trị công ty để chứng tỏ khả năng đáp ứng các yêu cầu mới và nắm bắt cơ hội mới. Trên cơ sở cân nhắc chi phí và lợi ích của quy định, chính phủ có trách nhiệm quan trọng trong việc xây dựng một khung pháp lý hiệu quả và linh hoạt cho phép thị trường hoạt động hiệu quả và đáp ứng được kỳ vọng của cổ đông và các bên có quyền lợi liên quan. Bản thân *Bộ Nguyên tắc* có tính chất thường xuyên biến đổi và được rà soát trong bối cảnh những thay đổi đáng kể về hoàn cảnh nhằm duy trì vai trò là chuẩn mực quốc tế hàng đầu nhằm hỗ trợ các nhà hoạch định chính sách trong lĩnh vực quản trị công ty.

Các chính sách quản trị công ty được thiết kế tốt có thể đóng vai trò quan trọng trong việc góp phần đạt được các mục tiêu kinh tế rộng hơn và ba lợi ích chính sách công chính. Trước tiên, các chính sách này giúp các công ty tiếp cận nguồn tài trợ, đặc biệt từ các thị trường vốn. Nhờ vậy, chính sách quản trị công ty thúc đẩy đổi mới, năng suất, và tinh thần kinh doanh, và thúc đẩy sự năng động kinh tế chung. Đối với bên cấp vốn, dù trực tiếp hay gián tiếp, quản trị công ty tốt có vai trò bảo đảm để họ có thể tham gia và chia sẻ việc tạo ra giá trị của công ty một cách công bằng và bình đẳng. Do đó, quản trị công ty tốt có ảnh hưởng đến chi phí của các công ty để tiếp cận vốn cho tăng trưởng.

Điều này có tầm quan trọng đáng kể trên thị trường vốn toàn cầu hóa ngày nay. Dòng vốn quốc tế cho phép các công ty tiếp cận nguồn tài trợ từ số lượng lớn các nhà đầu tư. Nếu các công ty và quốc gia muốn có được đầy đủ lợi ích từ thị trường vốn toàn cầu và thu hút được nguồn vốn "kiên nhẫn" dài hạn, khuôn khổ quản trị công ty phải đáng tin cậy, được hiểu rõ cả trong nước và qua biên giới, và phù hợp với các nguyên tắc được chấp nhận trên thế giới.

Thứ hai, chính sách quản trị công ty được thiết kế tốt sẽ tạo ra khuôn khổ để bảo vệ nhà đầu tư, bao gồm cả các hộ gia đình sử dụng tiền tiết kiệm để đầu tư. Một cơ cấu quy trình chính thức nhằm thúc đẩy sự minh bạch và trách nhiệm giải trình của các thành viên Hội đồng Quản trị và thành viên Ban Điều hành đối với cổ đông sẽ giúp xây dựng niềm tin vào thị trường, từ đó hỗ trợ các công ty tiếp cận nguồn tài chính. Một bộ phận đáng kể công chúng đầu tư vào thị trường cổ phiếu đại chúng, trực tiếp trong vai trò nhà đầu tư bán lẻ, hoặc gián tiếp thông qua quỹ hưu trí và quỹ đầu tư. Việc cung cấp cho công chúng một hệ thống để họ có thể tham gia tạo ra giá trị doanh nghiệp, biết rằng quyền của mình được bảo vệ, sẽ giúp các hộ gia đình tiếp cận những cơ hội đầu tư có thể giúp họ đạt được lợi nhuận cao hơn từ tiền tiết kiệm và lương hưu. Do nhà đầu tư tổ chức ngày càng phân bổ phần lớn danh mục đầu tư ra thị trường nước ngoài, chính sách bảo vệ nhà đầu tư cũng cần bao trùm các khoản đầu tư xuyên biên giới.

Thứ ba, chính sách quản trị công ty được thiết kế tốt cũng hỗ trợ sự bền vững và năng lực chống chịu của các công ty, nhờ đó góp phần cải thiện sự bền vững và năng lực chống chịu của nền kinh tế nói chung. Các nhà đầu tư ngày càng mở rộng trọng tâm vào hiệu quả tài chính của các công ty để tính đến những rủi ro và cơ hội tài chính do những thách thức về kinh tế, môi trường, và xã hội rộng lớn hơn cũng như năng lực chống chịu và quản lý những rủi ro đó. Ở một số quốc gia, các nhà hoạch định chính sách cũng tập trung vào cách thức hoạt động của các công ty để có thể góp phần giải quyết những thách thức này. Một khuôn khổ quản trị công ty hợp lý về khía cạnh bền vững có thể giúp các công ty nhận thức được và đáp ứng lợi ích của cổ đông và các bên liên quan khác nhau, cũng như góp phần cho thành công lâu dài của chính các công ty. Khuôn khổ như vậy phải bao gồm việc công bố những thông tin quan trọng liên quan đến bền vững, phải là thông tin đáng tin cậy, nhất quán và có thể so sánh được, bao gồm thông tin về biến đổi khí hậu. Trong một số trường hợp, các quốc gia có thể diễn giải khái niệm về công bố thông tin và tính trọng yếu liên quan đến bền vững thông qua các chuẩn mực có nêu rõ những thông tin mà một cổ đông hợp lý cần có để ra quyết định đầu tư hoặc biểu quyết.

Bộ Nguyên tắc có mục tiêu trở thành một tài liệu ngắn gọn, dễ hiểu, và dễ tiếp cận đối với tất cả các bên có vai trò trong phát triển và thực hiện quản trị công ty tốt trên toàn cầu. Trên cơ sở *Bộ Nguyên tắc,* chính phủ, các tổ chức bán công, hay khu vực tư nhân có nhiệm vụ đánh giá chất lượng của khung quản trị công ty và xây dựng các quy định bắt buộc hoặc tự nguyện chi tiết hơn, có tính đến những khác biệt về kinh tế, pháp lý và văn hoá quốc gia.

Bộ Nguyên tắc tập trung vào các công ty đại chúng trong cả lĩnh vực tài chính và phi tài chính. Trong phạm vi có thể, *Bộ Nguyên tắc* cũng là công cụ hữu ích để cải thiện quản trị công ty ở các công ty không phải là công ty đại chúng. Trong khi một số Nguyên tắc có thể phù hợp hơn đối với công ty lớn so với công ty nhỏ, các cơ quan hoạch định chính sách có thể muốn nâng cao nhận thức về quản trị công ty tốt cho tất cả các công ty, bao gồm cả những công ty nhỏ và công ty chưa niêm yết, cũng như những tổ chức phát hành chứng khoán nợ. *Hướng dẫn về Quản trị Công ty đối với Doanh nghiệp Nhà nước của OECD* bổ sung cho *Bộ Nguyên tắc* này. Các yếu tố khác liên quan đến quá trình ra quyết định của công ty, như các vấn đề về môi trường, chống tham nhũng hoặc đạo đức, không chỉ được xem xét trong *Bộ Nguyên tắc* mà còn trong một số tiêu chuẩn quốc tế khác, bao gồm *Hướng dẫn của OECD dành cho Doanh nghiệp Đa quốc gia, Công ước OECD về Chống Hối lộ Công chức Nước ngoài trong các Giao dịch Kinh doanh Quốc tế, Nguyên tắc Gướng dẫn về Kinh doanh và Quyền con người của Liên hợp quốc, và Tuyên bố của ILO về các Nguyên tắc và các Quyền tại nơi làm việc*, đã được tham chiếu trong *Bộ Nguyên tắc*.

Bộ Nguyên tắc không nhằm gây tổn hại hay chỉ trích về nhận định kinh doanh của các bên tham gia thị trường, thành viên Hội đồng Quản trị, và thành viên Ban Điều hành công ty. Những gì hiệu quả ở một công ty hoặc một hoặc nhiều nhà đầu tư có thể chưa hẳn đã áp dụng được cho mọi trường hợp. Các công ty khác nhau về mức độ phát triển, quy mô, và mức độ phức tạp. Do đó, không có một mô hình duy nhất về quản trị công ty tốt. Tuy nhiên, *Bộ Nguyên tắc* áp dụng phương pháp tiếp cận hướng tới kết quả, để xuất một số yếu tố chung làm nền tảng cho quản trị công ty tốt. *Bộ Nguyên tắc* dựa trên các yếu tố chung này và được xây dựng để bao quát các mô hình khác nhau hiện có.

Ví dụ, *Bộ Nguyên tắc* không đặc biệt ủng hộ một cơ cấu Hội đồng Quản trị nhất định nào và thuật ngữ "Hội đồng Quản trị" sử dụng trong *Bộ Nguyên tắc* nhằm bao quát các mô hình Hội đồng Quản trị khác nhau ở các quốc gia. Trong hệ thống hai cấp điển hình ở một số quốc gia, thuật ngữ "Hội đồng Quản trị" được sử dụng trong *Bộ Nguyên tắc* được sử dụng để chỉ "Ban Kiểm soát" trong khi "cán bộ điều hành chủ chốt" đề cập đến "Ban Điều hành". Ở hệ thống Hội đồng Quản trị đơn nhất một cấp có giám sát của bộ phận kiểm toán nội bộ, các nguyên tắc áp dụng cho Hội đồng Quản trị, với những sửa đổi phù hợp, cũng có thể sử dụng được. Vì định nghĩa thuật ngữ "cán bộ điều hành chủ chốt" có thể khác nhau giữa các quốc gia và phụ thuộc vào bối cảnh, như liên quan đến thù lao hay giao dịch bên liên quan, *Bộ Nguyên tắc* để các quốc gia tự định nghĩa thuật ngữ này theo cách thiết thực nhằm đạt được kết quả mong muốn của *Bộ Nguyên tắc*. Trong văn bản, thuật ngữ "công ty" hay "doanh nghiệp" được dùng thay thế nhau. Trong suốt Bộ Nguyên tắc, thuật ngữ "các bên có quyền lợi liên quan" được sử dụng để chỉ những người có liên quan không phải là cổ đông, và bao gồm, ngoài những người khác, người lao động, chủ nợ, khách hàng, nhà cung cấp, và cộng đồng bị ảnh hưởng.

Bộ Nguyên tắc được sử dụng rộng rãi như tài liệu tham chiếu ở các quốc gia trên khắp thế giới. *Bộ Nguyên tắc* cũng là một trong các Tiêu chuẩn Then chốt cho Hệ thống Tài chính Vững mạnh của Hội đồng Ổn định Tài chính, và là cơ sở để đánh giá cấu phần quản trị công ty trong các báo cáo của Ngân hàng Thế giới về Tình hình Tuân thủ Chuẩn mực và Nguyên tắc (ROSC). *Bộ Nguyên tắc* cũng được các cơ quan xây dựng tiêu chuẩn quốc tế khác sử dụng làm tài liệu tham chiếu trong xây dựng hướng dẫn quản trị công ty của ngành, bao gồm Ủy ban Basel về Giám sát Ngân hàng. Việc thực hiện *Bộ Nguyên tắc* được giám sát và hỗ trợ thông qua *Sổ tay Thông tin về Quản trị Công ty của OECD*, đánh giá phản biện về các chủ đề nhằm so sánh thông lệ giữa các quốc gia và các đánh giá về quản trị công ty ở khu vực và quốc gia.

Bộ Nguyên tắc được trình bày trong sáu chương: I) Bảo đảm cơ sở cho một khuôn khổ quản trị công ty hiệu quả; II) Quyền của cổ đông, đối xử công bằng với cổ đông, và các chức năng sở hữu cơ bản; III) Nhà đầu tư tổ chức, thị trường chứng khoán, và các trung gian khác; IV) Công bố thông tin và minh bạch; và V) Trách nhiệm của Hội đồng Quản trị; và VI) Bền vững và năng lực chống chịu.

Mỗi chương được mở đầu bằng một Nguyên tắc dưới dạng chữ in nghiêng đậm và theo sau là các Nguyên tắc và các Tiểu Nguyên tắc bổ trợ in đậm. *Bộ Nguyên tắc* cũng được bổ sung bởi những hướng dẫn chi tiết bao gồm phần dẫn giải các Nguyên tắc và các Tiểu Nguyên tắc nhằm giúp người đọc hiểu cơ sở của các Nguyên tắc. Phần dẫn giải cũng mô tả các xu thế quan trọng hoặc mới nổi và đưa ra các phương pháp thực hiện khác nhau và các ví dụ hữu ích khi áp dụng *Bộ Nguyên tắc*.

I. Bảo đảm cơ sở cho một khuôn khổ quản trị công ty hiệu quả

Khuôn khổ quản trị công ty cần thúc đẩy tính minh bạch và công bằng của thị trường, và phân bổ hiệu quả nguồn lực. Khuôn khổ quản trị công ty phải phù hợp với quy định của pháp luật, và hỗ trợ giám sát và thực thi hiệu quả.

Quản trị công ty hiệu quả yêu cầu một khuôn khổ pháp lý, quy định, và thể chế vững chắc mà các bên tham gia thị trường có thể tin tưởng khi thiết lập quan hệ hợp đồng cá nhân. Với việc thúc đẩy thị trường minh bạch và công bằng, khuôn khổ này cũng đóng vai trò quan trọng trong việc thúc đẩy niềm tin vào thị trường, là cần thiết để làm cơ sở cho việc đạt được các mục tiêu kinh tế rộng lớn hơn. Khuôn khổ quản trị công ty thường bao gồm các yếu tố luật pháp, quy định, quy tắc niêm yết, cơ chế tự điều chỉnh, cam kết hợp đồng, cam kết tự nguyện, và hoạt động kinh doanh, là kết quả của hoàn cảnh, lịch sử và truyền thống cụ thể của mỗi quốc gia. Do đó, sự kết hợp mong muốn giữa các yếu tố này thường khác nhau giữa các quốc gia.

Các yếu tố pháp luật và quy định trong khuôn khổ quản trị công ty có thể được bổ sung một cách hữu ích bằng các yếu tố mềm của luật pháp như các bộ nguyên tắc quản trị công ty thường dựa trên nguyên tắc "tuân thủ hoặc giải trình" nhằm cho phép có sự linh hoạt và phù hợp với đặc thù của từng công ty. Những gì có hiệu quả cho một công ty, cho một nhà đầu tư hoặc một bên có lợi ích liên quan cụ thể chưa hẳn đã áp dụng được cho các công ly, nhà đầu tư và các bên có quyền lợi liên quan hoạt động trong bối cảnh khác và dưới những hoàn cảnh khác. Do đó, bất kỳ yếu tố cụ thể nào của khuôn khổ quản trị công ty cụ thể đều có thể không hiệu quả trong việc giải quyết một vấn đề quản trị cụ thể trong mọi tình huống. Thay vào đó, các phương pháp để khuyến khích hoặc yêu cầu thực hành quản trị công ty tốt nên nhằm mục đích đạt được kết quả mong muốn bằng cách điều chỉnh phương pháp tiếp cận cho phù hợp với hoàn cảnh cụ thể. Ví dụ, kết quả mong muốn của việc bảo đảm thực hiện hiệu quả một số thông lệ quản trị công ty nhất định có thể đạt được hiệu quả hơn ở những thị trường nơi các nhà đầu tư tổ chức đóng vai trò mạnh mẽ trong việc cải thiện những thông lệ đó phù hợp với khuyến nghị của luật mềm, trong khi ở những thị trường mà nhà đầu tư áp dụng chính sách thụ động hơn, cơ quan quản lý có thể chọn cách yêu cầu và áp dụng việc thực hiện các tiêu chuẩn quản trị công ty nhất định. Khi có thêm bề dày kinh nghiệm cũng như khi tình hình kinh doanh thay đổi, những quy định khác nhau trong khuôn khổ quản trị công ty cần được rà soát và điều chỉnh khi cần thiết.

Các quốc gia nỗ lực thực thi *Bộ Nguyên tắc* này cần giám sát khuôn khổ quản trị công ty của mình, với mục tiêu duy trì và cải thiện đóng góp của khuôn khổ này cho sự chuẩn mực của thị trường và cơ hội tiếp cận thị trường, hiệu quả kinh tế, và cho các thị trường minh bạch và hiệu quả. Trong khuôn khổ nỗ lực này, cần cân nhắc sự tương tác và tính bổ trợ giữa các yếu tố khác nhau của khuôn khổ quản trị công ty, và khả năng chung của khuôn khổ trong thúc đẩy thông lệ quản trị công ty có đạo đức, trách nhiệm, và minh bạch. Việc phân tích như vậy là công cụ quan trọng trong quá trình phát triển khuôn khổ quản trị công ty hiệu quả. Để đạt được mục tiêu này thì việc tham vấn hiệu quả và kịp thời là hết sức cần thiết. Ở một số quốc gia, ngoài hoạt động tham vấn, cần thông báo cho các công ty và các bên có quyền lợi liên quan biết về lợi ích của việc thực hiện những thông lệ quản trị công ty tốt đó.

Ngoài ra, khi xây dựng khuôn khổ quản trị công ty, các cơ quan lập pháp và quản lý quốc gia cần quan tâm đến sự cần thiết và kết quả của hoạt động đối thoại và hợp tác quốc tế. Nếu những điều kiện này được đáp ứng, hệ thống quản trị công ty sẽ tránh được tình trạng quản lý quá mức, hỗ trợ hoạt động của doanh nghiệp, và hạn chế các rủi ro xung đột lợi ích gây tổn hại cho cả khu vực tư nhân và các tổ chức nhà nước.

I.A. Khuôn khổ quản trị công ty cần được xây dựng trên cơ sở cân nhắc tác động của khuôn khổ đối với khả năng tiếp cận tài chính của công ty, hiệu quả kinh tế và ổn định tài chính chung, sự bền vững và năng lực chống chịu của công ty, sự toàn vẹn của thị trường, và các cơ chế khuyến khích mà khuôn khổ này tạo ra cho các bên tham gia thị trường, và việc thúc đẩy các thị trường minh bạch và hiệu quả.

Thị trường vốn đóng vai trò quan trọng trong việc cung cấp cho các công ty nguồn vốn để cho phép các công ty đổi mới và hỗ trợ tăng trưởng kinh tế, cũng như đa dạng hóa hiệu quả các nguồn lực tài chính. Tài trợ bằng vốn cổ phần và trái phiếu cũng hỗ trợ năng lực chống chịu của các công ty để vượt qua thời kỳ suy thoái tạm thời đồng thời đáp ứng nghĩa vụ của công ty đối với người lao động, chủ nợ, và nhà cung cấp. Các nhà hoạch định chính sách và cơ quan quản lý cần rà soát về cách thức khuôn khổ quản trị công ty có thể khuyến khích và tác động đến việc các công ty tiếp cận nguồn tài trợ dựa trên thị trường.

Việc tổ chức hoạt động kinh tế theo mô hình công ty đóng vai trò động lực mạnh mẽ cho tăng trưởng. Vì vậy môi trường quản lý và pháp lý nơi các công ty hoạt động có vai trò quan trọng thiết yếu đối với hiệu quả kinh tế nói chung. Các nhà hoạch định chính sách có trách nhiệm xây dựng một khuôn khổ có năng lực đáp ứng nhu cầu của các công ty hoạt động trong những điều kiện khác nhau, tạo điều kiện thuận lợi cho công ty phát triển cơ hội mới để tạo ra giá trị, và sử dụng nguồn lực một cách hiệu quả nhất. Trong trường hợp phù hợp, khuôn khổ quản trị công ty nên cân nhắc theo tương quan, đặc biệt theo quy mô của các công ty đại chúng. Những yếu tố khác có thể cần được áp dụng linh hoạt để phù hợp với cơ cấu sở hữu và kiểm soát, vị trí địa lý, lĩnh vực hoạt động, và giai đoạn phát triển của công ty. Cơ quan hoạch định chính sách cần tập trung vào hiệu quả kinh tế cuối cùng và khi xem xét các lựa chọn chính sách cần phân tích tác động đối với những yếu tố chính ảnh hưởng tới hoạt động của thị trường như các cơ chế ưu đãi, hiệu quả của các hệ thống tự điều tiết, và giải quyết các xung đột lợi ích hệ thống. Thị trường minh bạch và hiệu quả có vai trò kiểm soát các bên tham gia thị trường và nâng cao tinh thần trách nhiệm.

I.B. Các quy định pháp lý và quản lý có ảnh hưởng đến thông lệ quản trị công ty phải phù hợp với quy định của pháp luật, minh bạch và có khả năng thực thi. Các bộ nguyên tắc quản trị công ty có thể đưa ra cơ chế bổ sung để hỗ trợ sự phát triển và biến đổi của thông lệ tốt nhất của công ty, với điều kiện là tình trạng của các bộ nguyên tắc được xác định hợp lệ.

Nếu cần có luật và quy định mới, như để giải quyết các trường hợp thị trường không hoàn hảo, các luật và quy định đó cần được thiết kế theo cách để có thể được áp dụng và thực thi một cách hiệu quả và công bằng đối với tất cả các bên. Việc chính phủ và cơ quan quản lý tham vấn rộng rãi các công ty, tổ chức, hiệp hội doanh nghiệp, cổ đông, và các bên có quyền lợi liên quan khác là cách hiệu quả để thực hiện mục tiêu trên. Cơ chế để các bên bảo vệ quyền của họ cũng cần được thiết lập. Để tránh các vấn đề như quản lý quá mức, quy định không thực thi được, hay các hệ quả không mong muốn có thể cản trở hoặc bóp méo động lực kinh doanh, khi xây dựng các biện pháp chính sách cần phải tính đến những điểm được và mất tổng thể.

Chính quyền địa phương nên có thẩm quyền thực thi và xử phạt hiệu quả để ngăn cản hành vi không trung thực và quy định hành vi quản trị công ty vững mạnh. Ngoài ra, việc thực thi cũng có thể được thực hiện thông qua hành động của khu vực tư nhân, và cân bằng hiệu quả giữa thực thi của nhà nước và tư nhân sẽ khác nhau tùy thuộc vào đặc điểm cụ thể của mỗi quốc gia.

Các mục tiêu quản trị công ty cũng được xây dựng trong các bộ quy tắc và tiêu chuẩn thường không có tính luật định. Những thông lệ tốt đề xuất trong các bộ quy tắc như vậy thường được khuyến khích thông qua cơ chế công bố "tuân thủ hoặc giải trình" hoặc các biến thể khác như "áp dụng và/hoặc giải trình".

Mặc dù các bộ quy tắc như vậy đóng vai trò quan trọng trong việc cải tiến những sắp xếp và thực tiễn quản trị công ty, các bộ quy tắc này có thể khiến cổ đông và các bên có quyền lợi liên quan cảm thấy không chắc chắn về vai trò cũng như khả năng thực thi của các bộ quy tắc đó. Khi các bộ quy tắc và nguyên tắc được sử dụng làm tiêu chuẩn quốc gia hoặc để bổ sung cho các quy định luật pháp và quản lý, để có được lòng tin của thị trường thì cần xác định rõ vai trò của các bộ quy tắc và nguyên tắc đó về phạm vi ảnh hưởng, thực hiện, tuân thủ và các biện pháp trừng phạt.

I.C. Việc phân định trách nhiệm giữa các cơ quan quản lý khác nhau và các tổ chức tự quản phải được quy định rõ ràng và phải được thiết kế để phục vụ lợi ích của công chúng.

Các yêu cầu và thông lệ quản trị công ty thường bị chi phối bởi một loạt các văn bản pháp lý như luật công ty, luật chứng khoán, chuẩn mực kế toán và kiểm toán, quy tắc niêm yết, luật phá sản, luật hợp đồng, luật lao động, luật thuế, cũng như có thể cả luật quốc tế. Thông lệ quản trị công ty của từng công ty cũng chịu ảnh hưởng của luật nhân quyền và luật môi trường, và ngày càng nhiều luật liên quan đến bảo mật trên môi trường số, quyền riêng tư dữ liệu, và bảo vệ dữ liệu cá nhân. Do vậy sẽ có rủi ro quy định của các luật này chồng chéo và thậm chí mâu thuẫn nhau, từ đó có thể vô hiệu hóa khả năng thực hiện các mục tiêu quản trị công ty. Các nhà hoạch định chính sách cần nhận biết và tiến hành các biện pháp để hạn chế rủi ro này nhằm bảo đảm có khung thể chế và quy định nhất quán và ổn định. Việc cưỡng chế thực thi hiệu quả cũng yêu cầu quy định chính thức và phân định trách nhiệm rõ ràng giữa các cơ quan quản lý khác nhau để các cơ quan này có thể hoạt động và hỗ trợ nhau hiệu quả nhất. Nên tránh các mục tiêu có khả năng mâu thuẫn như trường hợp cùng một tổ chức được giao trách nhiệm thu hút kinh doanh và thực thi các biện pháp phạt vi phạm, hoặc quản lý các mục tiêu này thông qua các quy định quản trị rõ ràng. Những quy định chồng chéo và có thể mâu thuẫn nhau của luật pháp giữa các quốc gia cũng là một vấn đề cần được giám sát để tránh việc lợi dụng kẽ hở luật pháp và để không tạo ra các khoảng không pháp lý (có vấn đề xảy ra mà không có cơ quan chức năng nào chịu trách nhiệm rõ ràng), cũng như để giảm thiểu chi phí tuân thủ với các hệ thống luật khác nhau.

Khi trách nhiệm pháp lý hoặc giám sát được giao cho các tổ chức không phải của nhà nước, tiêu biểu là các sở giao dịch chứng khoán, nên phân tích rõ ràng tại sao và trong trường hợp nào thì việc ủy quyền như vậy là cần thiết. Ngoài ra, cơ quan nhà nước có thẩm quyền vẫn phải duy trì các biện pháp hiệu quả để bảo đảm thẩm quyền được trao được áp dụng một cách công bằng, thống nhất, và tuân thủ luật pháp. Cơ cấu quản trị của bất kỳ tổ chức được ủy quyền nào cũng phải minh bạch và phục vụ lợi ích của công chúng, bao gồm các biện pháp bảo vệ phù hợp để giải quyết xung đột lợi ích.

I.D. Quy định của thị trường chứng khoán cần hỗ trợ quản trị công ty hiệu quả.

Thị trường chứng khoán có thể đóng vai trò có ý nghĩa trong việc cải thiện quản trị công ty bằng cách thiết lập và thực thi những yêu cầu có tác dụng thúc đẩy quản trị công ty hiệu quả bởi các tổ chức phát hành niêm yết. Ngoài ra, thị trường chứng khoán quy định các phương tiện để nhà đầu tư có thể bày tỏ sự quan tâm hoặc không quan tâm đến quản trị của một tổ chức phát hành cụ thể bằng cách cho phép họ mua hoặc bán chứng khoán của tổ chức phát hành, nếu phù hợp. Do vậy, chất lượng của các quy tắc và quy định của các sở giao dịch chứng khoán về niêm yết và điều chỉnh giao dịch các công cụ tài chính của các tổ chức phát hành là một yếu tố quan trọng của khuôn khổ quản trị công ty.

"Sở giao dịch chứng khoán" theo tên gọi truyền thống này có nhiều loại và hình thức khác nhau. Phần lớn các sở giao dịch chứng khoán lớn hiện nay tối đa hóa lợi nhuận và bản thân các sở giao dịch cũng là những công ty cổ phần đại chúng hoạt động cạnh tranh với các sở giao dịch chứng khoán và kênh giao dịch khác. Cho dù cấu trúc cụ thể của thị trường chứng khoán như thế nào, cơ quan hoạch định chính sách và cơ quan quản lý phải đánh giá vai trò phù hợp của sở giao dịch chứng khoán và kênh giao dịch khác liên quan đến việc thiết lập các chuẩn mực, giám sát và thực thi các nguyên tắc quản trị công ty. Điều này yêu cầu phân tích cách thức các mô hình kinh doanh cụ thể của sở giao dịch chứng khoán ảnh hưởng đến động cơ và khả năng thực hiện những chức năng này.

I.E. Các cơ quan giám sát, quản lý và thực thi phải liêm chính, có đủ thẩm quyền, tự chủ, nguồn lực, và năng lực để hoàn thành chức năng của mình một cách chuyên nghiệp và khách quan. Ngoài ra, quyết định của những cơ quan này phải kịp thời, minh bạch, và được giải thích đầy đủ.

Trách nhiệm giám sát, quản lý, và thực thi quy định pháp luật phải được trao cho các cơ quan hoạt động độc lập và có trách nhiệm giải trình trong việc thực hiện các chức năng và trách nhiệm, có đầy đủ thẩm quyền, nguồn lực phù hợp, và năng lực thực hiện các chức năng và thẩm quyền này, bao gồm các chức năng và thẩm quyền liên quan đến quản trị công ty. Nhiều quốc gia giải quyết vấn đề độc lập chính trị của cơ quan giám sát chứng khoán bằng cách thiết lập một cơ quan điều hành chính thức (Hội đồng Quản trị, hội đồng, hoặc ủy ban) mà thành viên có thời gian bổ nhiệm cố định. Một số quốc gia cũng bố trí chéo các thời điểm bổ nhiệm thành viên và việc bổ nhiệm này độc lập với chương trình chính trị để cải thiện sự độc lập. Một số quốc gia đã tìm cách giảm xung đột lợi ích tiềm ẩn bằng cách áp dụng các chính sách nhằm hạn chế dịch chuyển sau nhiệm kỳ sang các ngành thông qua quy định bắt buộc về khoảng cách thời gian hoặc thời gian tạm dừng. Những hạn chế như vậy cần tính đến khả năng của cơ quan quản lý trong việc thu hút nhân sự cấp cao có kinh nghiệm liên quan. Những cơ quan này phải có khả năng thực hiện được chức năng của mình mà không có xung đột về lợi ích và quyết định của các cơ quan này phải được giám sát bởi pháp luật và biện pháp hành chính. Đồng thời, nhân sự giám sát cần được bảo vệ đầy đủ trước các chi phí liên quan đến việc bảo vệ hành động và/hoặc thiếu sót của họ trong khi thực hiện nhiệm vụ một cách thiện chí.

Để tránh xung đột lợi ích (bao gồm khả năng can thiệp về chính trị hoặc kinh doanh vào quá trình giám sát và thực thi), có thể củng cố sự độc lập trong hoạt động bằng quyền tự chủ trong các quyết định quản lý ngân sách và nhân sự. Quyền tự chủ như vậy cần đi đôi với các chuẩn mực đạo đức cao và cơ chế trách nhiệm giải trình, bao gồm các quyết định kịp thời, minh bạch, và được giải thích đầy đủ, công khai cho công chúng và cơ quan tư pháp giám sát. Khi số lượng sự kiện của các công ty và mức độ công bố thông tin tăng lên thì các cơ quan giám sát, quản lý và thực thi có thể phải chịu nhiều áp lực về nguồn lực. Do đó, các cơ quan này sẽ có nhu cầu lớn về nhân lực có trình độ để có thể thực hiện hiệu quả công tác điều tra và giám sát, và điều này yêu cầu có nguồn tài chính đầy đủ. Nhiều quốc gia áp đặt thuế đối với các thực thể được giám sát kết hợp với, hoặc thay thế cho nguồn tài trợ của chính phủ. Điều này có thể hỗ trợ quyền tự chủ tài chính lớn hơn với các chính phủ trong việc thực hiện nhiệm vụ, trong khi xây dựng cơ cấu các khoản phí đó để tránh cản trở sự độc lập của cơ quan giám sát với các bên tham gia trong ngành chịu quản lý và mang lại sự minh bạch đầy đủ về các tiêu chí được áp dụng để thiết lập phí. Khả năng thu hút nhân sự theo các điều khoản cạnh tranh cũng rất quan trọng để nâng cao chất lượng và sự độc lập giữa giám sát và thực thi.

I.F. Công nghệ số có thể cải thiện việc giám sát và thực hiện các yêu cầu quản trị công ty, nhưng các cơ quan giám sát và quản lý cần quan tâm đúng mức đến việc quản lý các rủi ro liên quan.

Nhiều quốc gia sử dụng công nghệ số để nâng cao hiệu lực và hiệu quả của các quy trình giám sát và thực thi liên quan đến quản trị công ty, như mang lại lợi ích cho sự toàn vẹn của thị trường. Công nghệ số cũng có thể giảm bớt gánh nặng pháp lý đối với các thực thể được quản lý, vì những đơn vị này có thể tự sử dụng các công cụ kỹ thuật số để giảm chi phí tuân thủ và nâng cao năng lực quản lý rủi ro. Công nghệ số cũng có thể được tận dụng để giúp các công ty giảm bớt gánh nặng tuân thủ quy định, nhằm duy trì tính nghiêm ngặt và phạm vi của quy định quản trị công ty cũng như công bố thông tin của công ty thông qua việc cải thiện hiệu quả hoạt động của khuôn khổ hiện có.

Việc áp dụng các giải pháp kỹ thuật số trong quy trình quản lý và giám sát cũng đi kèm với những thách thức và rủi ro. Những cân nhắc quan trọng bao gồm bảo đảm chất lượng dữ liệu; bảo đảm để nhân sự có năng lực kỹ thuật phù hợp; xem xét khả năng tương tác giữa các hệ thống trong phát triển các định dạng báo cáo; và quản lý sự phụ thuộc của bên thứ ba và rủi ro bảo mật kỹ thuật số. Khi trí tuệ nhân tạo và việc ra quyết định bằng thuật toán được sử dụng trong quy trình giám sát, điều quan trọng là phải duy trì yếu tố con người sẵn có để giảm thiểu rủi ro khi tích hợp những sai lệch hiện có trong các mô hình thuật toán và rủi ro do quá phụ thuộc vào các mô hình và công nghệ số.

Đồng thời, cơ quan quản lý ở hầu hết các quốc gia đều tán thành giá trị của phương pháp tiếp cận trung lập về công nghệ, không cản trở đổi mới và áp dụng các giải pháp công nghệ thay thế. Khi công nghệ phát triển và có thể giúp tăng cường các thông lệ quản trị công ty, khung pháp lý có thể yêu cầu xem xét và điều chỉnh để tạo điều kiện thuận lợi cho việc sử dụng.

I.G. Hợp tác có yếu tố nước ngoài nên được cải thiện, bao gồm các sắp xếp song phương và đa phương để trao đổi thông tin.

Mức độ cao của sở hữu xuyên quốc gia và giao dịch nước ngoài yêu cầu có hợp tác quốc tế mạnh mẽ giữa các cơ quan quản lý, bao gồm các hoạt động song phương và đa phương để trao đổi thông tin hoặc hành động giám sát chung. Hợp tác quốc tế ngày càng trở nên phù hợp với quản trị công ty, đặc biệt khi các công ty hoặc các nhóm công ty đang hoạt động ở nhiều quốc gia dưới hình thức các doanh nghiệp niêm yết và chưa niêm yết, và nỗ lực niêm yết trên nhiều thị trường chứng khoán ở các quốc gia khác nhau.

I.H. Khung pháp lý rõ ràng phải bảo đảm giám sát hiệu quả các công ty đại chúng trong các nhóm công ty.

Các nhóm công ty được quản lý tốt hoạt động theo khuôn khổ quản trị công ty phù hợp có thể giúp đạt được lợi ích dựa trên tính kinh tế nhờ quy mô, hiệp lực, và các hiệu quả khác. Tuy nhiên, trong một số trường hợp các nhóm công ty có thể liên quan đến rủi ro đối xử không công bằng với cổ đông và các bên có quyền lợi liên quan. Do đó, sự phổ biến của các nhóm công ty ở nhiều quốc gia khiến cho các cơ quan quản lý phải bảo đảm để khuôn khổ quản trị công ty cung cấp công cụ để giám sát các nhóm công ty này một cách hiệu quả. Nếu không, cơ cấu rộng và phức tạp của các nhóm công ty có thể gây rủi ro cho cổ đông và các bên có quyền lợi liên quan của công ty mẹ hoặc công ty con đại chúng trong nhóm, bao gồm cả việc lạm dụng giao dịch bên liên quan. Một số công ty trong nhóm cũng có thể được sử dụng để chuyển vốn trong nhóm trong khuôn khổ chiến lược kế hoạch thuế của nhóm, hoặc có thể sử dụng số tiền này để trả thù lao cho Hội đồng Quản trị/Ban Điều hành hoặc trả cổ tức.

Việc các nhóm công ty hoạt động trong các ngành khác nhau và xuyên biên giới dẫn tới sự cần thiết phải hợp tác giữa các cơ quan quản lý trong nước và giữa các quốc gia để tăng cường hiệu quả và sự nhất quán của hoạt động giám sát theo pháp luật. Những nỗ lực như vậy có thể bao gồm việc chia sẻ thông tin về hoạt động của các nhóm công ty nhằm mục đích giám sát và thực thi. Cho mục đích này, các quốc gia nên xây dựng định nghĩa và tiêu chí có tính thực tiễn để giám sát các nhóm công ty, tập trung vào các khía cạnh như quan hệ kiểm soát của các công ty trong tập đoàn và công ty mẹ, trụ sở chính của công ty và sự phù hợp của việc tổng hợp trong báo cáo tài chính hợp nhất, và các khía cạnh khác. Ở một số quốc gia, các công ty đã áp dụng các quy tắc và hướng dẫn quản trị ở cấp độ tập đoàn trong vai trò công cụ để tự điều chỉnh hoạt động của nhóm

II. Quyền của cổ đông, đối xử công bằng với cổ đông, và các chức năng sở hữu cơ bản

Khuôn khổ quản trị công ty phải bảo vệ và tạo điều kiện thực hiện quyền của cổ đông và bảo đảm đối xử công bằng với mọi cổ đông, kể cả cổ đông thiểu số và nước ngoài.

Mọi cổ đông phải có cơ hội khiếu nại hiệu quả khi quyền của họ bị vi phạm với chi phí hợp lý và không chậm trễ quá mức.

Các nhà đầu tư cổ phiếu có quyền sở hữu nhất định. Ví dụ, cổ phần trong một công ty đại chúng có thể được mua, bán, hoặc chuyển nhượng. Cổ phần cũng cho phép cho nhà đầu tư được hưởng lợi nhuận của công ty, và có trách nhiệm hữu hạn trong phạm vi khoản đầu tư. Ngoài ra, việc sở hữu cổ phần cũng trao cho nhà đầu tư quyền được cung cấp thông tin về công ty và quyền tác động tới hoạt động của công ty, chủ yếu thông qua việc tham gia và biểu quyết tại đại hội đồng cổ đông.

Tuy nhiên, trên thực tế, công ty không thể bị điều hành thông qua việc trưng cầu ý kiến cổ đông. Tập hợp cổ đông bao gồm các cá nhân và tổ chức có lợi ích, mục tiêu, định hướng đầu tư và năng lực khác nhau. Ngoài ra, Ban Điều hành công ty phải có năng lực ra quyết định kinh doanh nhanh chóng. Trước thực tiễn này và sự phức tạp của việc điều hành hoạt động của công ty trong những thị trường có chuyển động và biến động nhanh chóng, cổ đông không được kỳ vọng phải chịu trách nhiệm điều hành hoạt động của công ty. Trách nhiệm đối với chiến lược và hoạt động của công ty được giao cho Hội đồng Quản trị và Ban Điều hành do Hội đồng Quản trị lựa chọn, khuyến khích, và khi cần thiết có thể bị Hội đồng Quản trị thay thế.

Quyền của cổ đông trong việc tạo ảnh hưởng đối với công ty tập trung vào một số vấn đề cơ bản, như bầu thành viên Hội đồng Quản trị, hoặc các phương tiện khác có tác động đến việc thành lập Hội đồng Quản trị, sửa đổi các văn bản quy định quan trọng nhất của công ty, phê chuẩn các giao dịch bất thường, và các vấn đề cơ bản khác được quy định tại luật doanh nghiệp hay quy chế nội bộ của công ty. Đây là những quyền cơ bản nhất của cổ đông, được luật pháp ở hầu hết các quốc gia công nhận. Các quyền bổ sung cũng đã được thiết lập ở nhiều quốc gia, như đề cử trực tiếp thành viên Hội đồng Quản trị cá nhân hoặc danh sách thành viên Hội đồng Quản trị; khả năng thế chấp cổ phần; phê chuẩn việc phân chia lợi nhuận; khả năng của cổ đông trong biểu quyết về thù lao của các thành viên Hội đồng Quản trị và/hoặc cán bộ điều hành chủ chốt; phê chuẩn giao dịch bên liên quan trọng yếu; và một số vấn đề khác.

Niềm tin của nhà đầu tư rằng phần vốn góp của họ sẽ được cán bộ quản lý, thành viên Hội đồng Quản trị công ty, hay cổ đông nắm quyền kiểm soát bảo vệ trước việc sử dụng sai hoặc không phù hợp là một yếu tố quan trọng trên thị trường vốn. Ngược lại, một cơ chế quản trị công ty không hiệu quả có thể cho phép Hội đồng Quản trị, người quản lý công ty, và cổ đông nắm quyền kiểm soát có cơ hội thực hiện các hoạt động làm tăng lợi ích của chính họ và gây tổn hại cho cổ đông không có quyền kiểm soát. Để bảo vệ nhà đầu tư, quyền cổ đông thường được phân biệt giữa *tiền quyền* và *hậu quyền.* Ví dụ, *tiền quyền* là quyền của cổ đông hiện hữu được ưu tiên mua cổ phần trước khi công ty phát hành thêm cổ phần và yêu cầu biểu quyết đa số cho một số quyết định nào đó. *Hậu quyền* cho phép khiếu nại khi quyền cổ đông bị xâm phạm. Ở những quốc gia mà việc thực thi khung pháp luật và quy định về quản trị công ty còn yếu kém, nên tăng cường tiền quyền của cổ đông, ví dụ như thông qua việc đặt ngưỡng sở hữu cổ phần thấp cho việc kiến nghị các vấn đề đưa vào chương trình họp của đại hội cổ đông, hay yêu cầu một lượng cổ đông rất lớn biểu quyết để thông qua một số vấn đề quan trọng nhất định. *Bộ Nguyên tắc* này ủng hộ việc đối xử bình đẳng đối với cổ đông nước ngoài và cổ đông trong nước trong quản trị công ty. *Bộ Nguyên tắc* không đề cập tới chính sách quản lý đầu tư trực tiếp nước ngoài của chính phủ.

Một trong những cách để cổ đông có thể thực hiện quyền của mình là khởi kiện ra tòa hoặc thực hiện thủ tục hành chính đối với Ban Điều hành và thành viên Hội đồng Quản trị. Kinh nghiệm cho thấy một yếu tố quan trọng quyết định mức độ quyền cổ đông được bảo vệ là sự tồn tại của cơ chế giải quyết khiếu nại hiệu quả để giải quyết khiếu nại của cổ đông một cách kịp thời và hợp lý về chi phí. Lòng tin của cổ đông thiểu số tăng lên khi hệ thống luật pháp cung cấp cơ chế giúp cổ đông khiếu kiện khi có cơ sở chính đáng để tin rằng quyền của cổ đông bị xâm phạm. Một số quốc gia nhận thấy các vụ kiện phái sinh của cổ đông thiểu số nhân danh công ty đóng vai trò như một công cụ bổ sung hiệu quả để thực thi nghĩa vụ trung thành của thành viên Hội đồng Quản trị, nếu việc phân bổ chi phí kiện tụng được quy định phù hợp. Việc cung cấp các cơ chế thực thi như vậy là trách nhiệm chính của các cơ quan pháp luật và quản lý, và năng lực và chất lượng của tòa án cũng đóng một vai trò quan trọng.

Có rủi ro là một hệ thống pháp lý cho phép bất kỳ nhà đầu tư nào cũng có thể đưa hoạt động của công ty ra tòa sẽ dễ dẫn đến tình trạng tố tụng quá mức. Vì vậy, nhiều hệ thống pháp lý đã ban hành các quy định bảo vệ Ban Điều hành và thành viên Hội đồng Quản trị trước việc lạm dụng tố tụng dưới hình thức cơ chế sàng lọc, như quy trình trước xét xử để đánh giá xem liệu yêu cầu bồi thường có giá trị hay không, và cơ chế an toàn (safe harbour) cho hoạt động của Ban Điều hành và thành viên Hội đồng Quản trị (như quy tắc phán đoán trong kinh doanh), cũng như cơ chế an toàn cho việc công bố thông tin. Cuối cùng, việc cho phép nhà đầu tư tiến hành khiếu nại vì quyền sở hữu của họ bị vi phạm cần phải cân bằng với việc tránh tố tụng quá mức.

Nhiều quốc gia nhận thấy các thủ tục xét xử thay thế như phiên tòa hành chính hoặc phân xử trọng tài do các cơ quan quản lý chứng khoán hay cơ quan quản lý khác tổ chức là giải pháp hiệu quả để bảo vệ quyền của cổ đông, ít nhất là ở cấp độ đầu tiên. Thủ tục tòa án đặc biệt cũng có thể trở thành một công cụ thực tế để có được lệnh của tòa một cách kịp thời và thu thập bằng chứng về vi phạm đang xem xét, rút cục sẽ thúc đẩy việc giải quyết hiệu quả các vi phạm đối với quyền của cổ đông.

II.A. Các quyền cơ bản của cổ đông bao gồm quyền được: 1) bảo đảm các phương thức đăng ký quyền sở hữu; 2) chuyển nhượng cổ phần; 3) tiếp cận các thông tin liên quan và trọng yếu về công ty một cách kịp thời và thường xuyên; 4) tham gia và biểu quyết tại đại hội đồng cổ đông; 5) bầu và bãi miễn các thành viên Hội đồng Quản trị; 6) hưởng lợi nhuận của công ty; và 7) bầu, bổ nhiệm, và phê duyệt kiểm toán độc lập.

II.B. Cổ đông phải được cung cấp đầy đủ thông tin, và có quyền tham gia phê chuẩn hoặc tham gia vào các quyết định liên quan đến những thay đổi nền tảng của công ty, ví dụ: 1) sửa đổi quy chế, điều lệ của công ty hay các văn bản quản trị tương đương của công ty; 2) ủy quyền phát hành thêm cổ phiếu; và 3) các giao dịch bất thường, bao gồm việc chuyển nhượng tài sản của công ty dẫn đến việc bán công ty.

Khả năng thành lập công ty hợp danh hay liên kết và khả năng chuyển tài sản hoạt động, dòng tiền, và các quyền và nghĩa vụ khác cho công ty liên quan đó có ý nghĩa rất quan trọng đối với sự linh hoạt trong kinh doanh và phân cấp thẩm quyền trong các tổ chức kinh doanh phức tạp. Điều này cũng cho phép một công ty chuyển giao hết tài sản hoạt động và trở thành một công ty mẹ không trực tiếp kinh doanh mà chỉ nắm quyền sở hữu các công ty con. Tuy nhiên, nếu không có cơ chế kiểm soát lẫn nhau phù hợp thì các khả năng trên cũng có thể bị lạm dụng.

II.C. Cổ đông phải có cơ hội tham gia một cách hiệu quả và biểu quyết tại đại hội đồng cổ đông, và phải được cung cấp thông tin về quy định họp đại hội đồng cổ đông, bao gồm thủ tục biểu quyết.

II.C.1. Cổ đông cần được thông tin đầy đủ và kịp thời về thời gian, hình thức tổ chức, địa điểm, và chương trình của các đại hội đồng cổ đông cũng như thông tin đủ chi tiết và kịp thời về các vấn đề cần được thông qua tại các đại hội này.

II.C.2. Quy trình, hình thức tổ chức, và thủ tục của đại hội đồng cổ đông phải bảo đảm đối xử bình đẳng với mọi cổ đông. Các thủ tục của công ty không được gây khó dễ hoặc phát sinh chi phí không cần thiết khi biểu quyết.

Quyền tham gia đại hội đồng cổ đông là quyền cơ bản của cổ đông. Ban Điều hành và nhà đầu tư nắm quyền kiểm soát đôi khi cố tìm cách ngăn cản nhà đầu tư không nắm quyền kiểm soát hoặc nhà đầu tư nước ngoài tác động tới các quyết định chiến lược của công ty. Một số công ty thu phí đối với hoạt động biểu quyết. Một số khác gây trở ngại bằng cách cấm biểu quyết qua đại diện được ủy quyền, quy định cổ đông phải có mặt tại đại hội đồng cổ đông mới được biểu quyết, kết hợp các nghị quyết không liên quan, tổ chức họp ở địa điểm xa xôi, và chỉ cho phép biểu quyết bằng cách giơ tay. Ngoài ra, một số thủ tục khác cũng cản trở việc thực hiện quyền sở hữu trên thực tế. Tài liệu phục vụ biểu quyết có thể được gửi quá sát thời điểm họp đại hội đồng cổ đông nên nhà đầu tư không có đủ thời gian xem xét và tham khảo ý kiến. Nhiều công ty nỗ lực xây dựng các kênh truyền đạt thông tin và ra quyết định tốt hơn với cổ đông. Cần khuyến khích các công ty nỗ lực gỡ bỏ rào cản đối với việc tham gia đại hội đồng cổ đông và khuôn khổ quản trị công ty phải tạo điều kiện thuận lợi cho việc sử dụng biểu quyết điện tử trong trường hợp vắng mặt, bao gồm việc gửi tài liệu ủy quyền bằng điện tử và hệ thống xác nhận phiếu bầu đáng tin cậy. Ở những quốc gia mà việc thực thi của khối tư nhân còn yếu kém, cơ quan quản lý nên giảm thiểu các thông lệ biểu quyết không hợp lý.

II.C.3. Các quốc gia nên cho phép tổ chức đại hội đồng cổ đông theo đó cổ đông được tham gia từ xa để tạo điều kiện thuận lợi và giảm chi phí cho cổ đông tham gia và tương tác. Những đại hội như vậy cần được tiến hành theo cách bảo đảm được quyền tiếp cận thông tin và cơ hội tham gia bình đẳng của tất cả cổ đông.

Đại hội đồng cổ đông trực tuyến hoặc kết hợp (trong đó một số cổ đông nhất định tham dự đại hội trực tiếp và những người khác tham dự trực tuyến) có thể giúp cải thiện sự tham gia của cổ đông bằng cách giảm thời gian và chi phí tham gia của cổ đông. Bằng cách sử dụng các nhà cung cấp nền tảng trực tuyến, các công ty có thể phải chịu thêm chi phí nhưng cũng tạo điều kiện thuận lợi để cổ đông tiếp cận chương trình hội nghị và các thông tin liên quan, đồng thời cung cấp cơ sở hạ tầng an toàn và phương tiện hiệu quả hơn để xem xét và giải quyết các ý kiến cũng như thắc mắc của cổ đông. Tuy nhiên, cần thận trọng để bảo đảm các đại hội từ xa không làm giảm cơ hội cổ đông tham gia và đặt câu hỏi cho Hội đồng Quản trị và Ban Điều hành so với đại hội trực tiếp. Một số quốc gia đã ban hành hướng dẫn để tạo điều kiện thuận lợi cho việc tiến hành đại hội từ xa, bao gồm cách thức xử lý câu hỏi, câu trả lời, và công bố thông tin của cổ đông, với mục tiêu bảo đảm Hội đồng Quản trị và Ban Điều hành xem xét minh bạch các câu hỏi, trong đó có cách thức thu thập, tổng hợp, trả lời, và công bố các câu hỏi. Hướng dẫn như vậy cũng có thể đề cập cách thức ứng phó với trường hợp gián đoạn công nghệ làm cản trở việc truy cập đại hội bằng phương thức trực tuyến.

Nhiều công ty sử dụng các nhà cung cấp công nghệ để quản lý sự tham gia từ xa. Khi lựa chọn nhà cung cấp dịch vụ, điều quan trọng là phải xem xét để bảo đảm nhà cung cấp có năng lực chuyên môn cũng như năng lực xử lý dữ liệu và an toàn số phù hợp để hỗ trợ tiến hành các đại hội cổ đông công bằng và minh bạch, và có các giải pháp an toàn kỹ thuật và tổ chức cho từng hoạt động của hội nghị được thực hiện qua dịch vụ, đặc biệt liên quan đến dữ liệu cá nhân, là loại dữ liệu có yêu cầu các biện pháp bảo mật chặt chẽ hơn. Những quy trình như vậy phải cho phép xác minh danh tính của cổ đông thông qua xác thực an toàn đối với người tham dự và bảo đảm sự tham gia bình đẳng cũng như bảo mật và an toàn của phiếu bầu được thực hiện đến trước đại hội.

II.C.4. Cổ đông phải có cơ hội chất vấn Hội đồng Quản trị, bao gồm các vấn đề về kiểm toán độc lập hàng năm, kiến nghị các vấn đề đưa vào chương trình họp của đại hội đồng cổ đông, và đề xuất các giải pháp trong giới hạn hợp lý.

Để khuyến khích sự tham gia của cổ đông trong đại hội đồng cổ đông, nhiều quốc gia đã tạo điều kiện thuận lợi hơn cho cổ đông trong việc kiến nghị các vấn đề đưa vào chương trình họp bằng cách đơn giản hóa thủ tục trình sửa đổi và đề xuất giải pháp, và gửi câu hỏi trước khi đại hội đồng cổ đông được tiến hành và được Ban Điều hành và thành viên Hội đồng Quản trị trả lời phù hợp theo cách thức bảo đảm sự minh bạch. Cổ đông phải được đặt câu hỏi liên quan đến báo cáo kiểm toán độc lập. Các công ty cũng có thể áp dụng những biện pháp thích hợp để bảo đảm các quyền này không bị lạm dụng. Ví dụ, sẽ là hợp lý khi quy định đề xuất giải pháp của cổ đông chỉ được đưa vào chương trình họp khi giải pháp đó được sự ủng hộ của các cổ đông nắm giữ một phần giá trị thị trường nhất định, hoặc một tỷ lệ phần trăm cổ phần hoặc quyền biểu quyết nhất định. Khi xác định các ngưỡng này cần xem xét mức độ tập trung sở hữu để bảo đảm cổ đông thiểu số thực tế không bị cản trở trong việc đề xuất đưa mọi vấn đề vào chương trình họp. Hội đồng Quản trị phải thực thi các nghị quyết của cổ đông được thông qua và trong thẩm quyền của đại hội đồng cổ đông.

II.C.5. Phải tạo điều kiện cho cổ đông tham gia hiệu quả vào việc ra các quyết định quan trọng về quản trị công ty, như việc đề cử và bầu chọn thành viên Hội đồng Quản trị. Cổ đông có thể lên tiếng về quan điểm của mình, bao gồm thông qua biểu quyết tại đại hội cổ đông, đối với chính sách thù lao cho thành viên Hội đồng Quản trị và/hoặc cán bộ điều hành chủ chốt, tùy trường hợp phù hợp. Nội dung liên quan đến cổ phiếu trong kế hoạch thù lao cho thành viên Hội đồng Quản trị và người lao động phải được cổ đông thông qua.

Bầu thành viên Hội đồng Quản trị là quyền cổ đông cơ bản. Để quá trình bầu cử có hiệu quả, cổ đông cần được tham gia đề cử thành viên Hội đồng Quản trị và biểu quyết cho từng ứng cử viên hoặc các danh sách ứng cử viên khác nhau. Để thực hiện điều này, ở một số quốc gia, cổ đông được tiếp cận tài liệu biểu quyết của công ty gửi cho cổ đông, mặc dù đôi khi cũng có một số điều kiện nhất định để ngăn ngừa lạm dụng. Đối với việc đề cử ứng viên, Hội đồng Quản trị của nhiều công ty thành lập ủy ban đề cử để bảo đảm tuân thủ quy trình đề cử đã xây dựng và để tạo điều kiện thuận lợi và tổ chức hiệu quả việc tìm kiếm một Hội đồng Quản trị cân bằng, đa dạng, và có trình độ. Theo thông lệ tốt, thành viên Hội đồng Quản trị độc lập nên có vai trò then chốt trong ủy ban này. Để cải tiến hơn nữa quy trình bầu cử, *Bộ Nguyên tắc* cũng yêu cầu phải công bố đầy đủ thông tin về kinh nghiệm và lý lịch của các ứng cử viên Hội đồng Quản trị và quy trình đề cử, vì việc này sẽ giúp cung cấp đầy đủ thông tin cho việc đánh giá năng lực và sự phù hợp của từng ứng cử viên. Ở một số quốc gia, việc công bố thông tin về mọi vị trí Hội đồng Quản trị khác mà ứng cử viên đó nắm giữ, và ở một số quốc gia khác thì cả các vị trí mà ứng cử viên đó đang được đề cử, cũng được yêu cầu và là thông lệ tốt.

Bộ Nguyên tắc yêu cầu công bố thông tin về thù lao cho thành viên Hội đồng Quản trị và Ban Điều hành. Đặc biệt, điều quan trọng là cổ đông phải biết chính sách thù lao, cũng như tổng giá trị và cơ cấu thù lao được thực hiện theo chính sách này. Cổ đông cũng quan tâm đến mối liên hệ giữa mức thù lao và kết quả hoạt động của công ty khi đánh giá năng lực của Hội đồng Quản trị và các phẩm chất cần thiết của các ứng cử viên Hội đồng Quản trị. Những hình thức khác nhau của biểu quyết về thù lao (biểu quyết có tính ràng buộc hoặc tư vấn, bao gồm trước và/hoặc sau khi bổ nhiệm, thành viên Hội đồng Quản trị và/hoặc cán bộ điều hành chủ chốt, thù lao của từng cá nhân và/hoặc tổng thù lao, chính sách thù lao và/hoặc thù lao thực tế) đóng vai trò quan trọng trong việc truyền tải mức độ và tinh thần chung về tâm lý cổ đông đối với Hội đồng Quản trị. Đối với các chương trình thưởng cổ phiếu hoặc quyền mua cổ phiếu, do những chương trình này có khả năng pha loãng cổ phiếu công ty và có thể là nhân tố quyết định chính sách ưu đãi đối với người quản lý, các chương trình này cần được cổ đông thông qua, đối với từng cá nhân hoặc đối với toàn bộ chương trình. Mọi thay đổi quan trọng trong các chính sách phải được cổ đông thông qua.

II.C.6. Cổ đông có thể biểu quyết trực tiếp hay vắng mặt và việc biểu quyết trực tiếp hay vắng mặt đều có hiệu lực ngang nhau.

Với mục tiêu tạo điều kiện thuận lợi cho việc định danh và tham gia của cổ đông, các quốc gia và/hoặc các công ty nên tận dụng công nghệ thông tin trong biểu quyết, kể cả việc biểu quyết an toàn bằng phương thức điện tử ở tất cả các công ty đại chúng cho cả các đại hội từ xa và trực tiếp. *Bộ Nguyên tắc* khuyến nghị chấp thuận biểu quyết qua đại diện được ủy quyền. Trên thực tế, việc nhà đầu tư có thể sử dụng biểu quyết qua đại diện ủy quyền có ý nghĩa rất quan trọng đối với việc cải thiện và bảo vệ quyền của cổ đông. Khuôn khổ quản trị công ty cần bảo đảm rằng nội dung được ủy quyền phải được biểu quyết theo đúng chỉ dẫn của người được ủy quyền. Tại các quốc gia mà công ty được phép đại diện theo ủy quyền cho cổ đông, cần công bố thông tin về cách thức chủ tọa cuộc họp (là người thường tiếp nhận ủy quyền của cổ đông nhân danh công ty) sẽ thực thi quyền biểu quyết với tư cách là đại diện ủy quyền không có hướng dẫn biểu quyết của cổ đông. Trường hợp Hội đồng Quản trị hoặc Ban Điều hành là người được ủy quyền đối với quỹ hưu trí của công ty và kế hoạch phát hành cổ phiếu cho người lao động, chỉ dẫn biểu quyết cần được công bố công khai. Theo thông lệ tốt ở nhiều quốc gia, cổ phiếu quỹ và cổ phiếu của công ty do các công ty con nắm giữ không có quyền biểu quyết, và cũng không được tính vào số đại biểu tối thiểu cần có mặt để phiên họp được coi là hợp lệ.

II.C.7. Cần loại bỏ những trở ngại đối với việc biểu quyết từ nước ngoài.

Nhà đầu tư nước ngoài thường nắm giữ cổ phần thông qua một chuỗi trung gian. Cổ phần thường được giữ trong tài khoản ở một tổ chức chứng khoán trung gian, tổ chức này lại có tài khoản ở các tổ chức trung gian và trung tâm lưu ký ở các quốc gia khác trong khi công ty đại chúng lại ở nước thứ ba. Chuỗi trung gian xuyên quốc gia này gây trở ngại đặc biệt đối với việc quyết định tư cách hợp lệ của nhà đầu tư nước ngoài để sử dụng quyền biểu quyết, cũng như đối với quá trình liên lạc với nhà đầu tư đó. Bên cạnh đó, việc các công ty thường gửi thông báo mời họp trong khoảng thời gian rất ngắn khiến cổ đông chỉ có thời gian hạn chế để chuẩn bị cho đại hội và ra quyết định dựa trên đầy đủ thông tin về các vấn đề cần quyết định trong đại hội. Điều này gây khó khăn cho việc biểu quyết từ nước ngoài. Khuôn khổ pháp lý và quy định phải quy định rõ ai có quyền kiểm soát quyền biểu quyết trong các trường hợp ở nước ngoài và lúc nào cần đơn giản hóa chuỗi lưu ký. Ngoài ra, thời gian thông báo cần bảo đảm để nhà đầu tư nước ngoài thực sự có cơ hội thực hiện chức năng sở hữu như nhà đầu tư trong nước. Để tạo điều kiện thuận lợi hơn nữa cho nhà đầu tư nước ngoài biểu quyết, luật pháp, quy định, và thực tiễn quản trị công ty phải cho phép tham gia thông qua các phương tiện điện tử theo cách thức không phân biệt đối xử.

II.D. Các cổ đông, bao gồm cổ đông tổ chức, phải được trao đổi ý kiến với nhau về các vấn đề liên quan tới quyền cổ đông cơ bản như đề cập trong *Bộ Nguyên tắc* này, với một số trường hợp ngoại lệ nhằm ngăn ngừa lạm dụng.

Từ lâu người ta đã nhận thấy rằng ở các công ty có sở hữu phân tán, số cổ phần một cổ đông cá nhân sở hữu trong công ty có thể quá nhỏ để người đó đầu tư chi phí và thời gian vào giám sát hoạt động công ty. Ngoài ra, nếu các cổ đông nhỏ đầu tư nguồn lực vào các hoạt động như vậy thì những cổ đông khác cũng được hưởng lợi mà không phải đóng góp gì ("free rider"). Trong nhiều trường hợp, các nhà đầu tư tổ chức hạn chế lượng cổ phần trong một công ty vì mức sở hữu vượt quá khả năng hoặc yêu cầu đầu tư tài sản vào một công ty nhiều hơn mức thận trọng hoặc được phép. Để khắc phục tình trạng bất cân xứng có lợi cho việc đa dạng hóa đầu tư này, nhà đầu tư tổ chức cần được phép, thậm chí được khuyến khích, hợp tác và phối hợp hành động trong đề cử và bầu chọn thành viên Hội đồng Quản trị, đề xuất các vấn đề đưa vào chương trình hội nghị, và tổ chức trao đổi trực tiếp với công ty để cải thiện chất lượng quản trị công ty, tùy thuộc vào tuân thủ của cổ đông với luật pháp hiện hành, ví dụ, các yêu cầu báo cáo về quyền sở hữu hưởng lợi. Một số nhà đầu tư tổ chức lớn đã thiết lập các sáng kiến nhằm tạo điều kiện thuận lợi cho việc điều phối sự tham gia, như giải quyết các quan ngại liên quan đến khí hậu. Khi các công ty đại chúng có cổ đông nắm quyền kiểm soát, những hành động này cũng bảo vệ lợi ích của cổ đông thiểu số, đồng thời gia tăng tiếng nói của cổ đông thiểu số trong các vấn đề của công ty. Rộng hơn, cổ đông nên được phép trao đổi thông tin với nhau mà không phải tuân thủ các thủ tục pháp lý về ủy quyền.

Tuy nhiên, cũng phải thừa nhận rằng hợp tác giữa các nhà đầu tư cũng có thể được sử dụng để thao túng thị trường và giành quyền kiểm soát công ty, nhằm tránh né các quy định về thâu tóm hay công bố thông tin mà lẽ ra phải tuân thủ. Ngoài ra, hợp tác cũng có thể nhằm mục đích né tránh luật cạnh tranh. Có thể cần tới các biện pháp bảo vệ để ngăn chặn hành vi phản cạnh tranh và hành động lạm dụng, đặc biệt tại các quốc gia nơi nhà đầu tư tổ chức là chủ sở hữu quan trọng của các công ty đại chúng và hành động phối hợp của họ có thể có ảnh hưởng mạnh mẽ hơn đến các quyết định của công ty. Việc công khai chính sách phối hợp có thể giúp thị trường hiểu rõ hơn về phạm vi của những hành động đó. Tuy nhiên, nếu hợp tác không liên quan rõ ràng tới các vấn đề về quyền kiểm soát công ty, hay xung đột với vấn đề về hiệu quả vận hành và công bằng của thị trường, việc hợp tác đó có thể nâng cao hiệu quả thực thi quyền sở hữu. Để cổ đông hiểu rõ ràng và chắc chắn về việc hợp tác, cơ quan quản lý có thể ban hành hướng dẫn về các hình thức phối hợp và thỏa thuận cấu thành hoặc không cấu thành hành động liên kết phối hợp đó trong các quy định về thâu tóm, cạnh tranh, và các quy định khác.

II.E. Tất cả các cổ đông cùng loại cần được đối xử bình đẳng. Mọi nhà đầu tư cần được cung cấp đầy đủ thông tin về các quyền gắn với tất cả các đợt phát hành và loại cổ phiếu trước khi mua. Mọi thay đổi về quyền kinh tế hoặc biểu quyết phải được cổ đông sở hữu loại cổ phiếu bị ảnh hưởng bất lợi bởi thay đổi đó thông qua.

Cơ cấu vốn tối ưu nhất của công ty được quyết định tốt nhất bởi Ban Điều hành và Hội đồng Quản trị, và được cổ đông thông qua. Một số công ty phát hành cổ phiếu ưu đãi có quyền ưu tiên liên quan tới việc hưởng lợi nhuận phân bổ của công ty nhưng thường có quyền biểu quyết hạn chế hoặc không có quyền biểu quyết. Các công ty cũng có thể phát hành chứng chỉ tham gia hay cổ phiếu có quyền biểu quyết hạn chế hoặc không có quyền biểu quyết, và các loại chứng khoán này thường được giao dịch với giá khác với giá của cổ phiếu có đầy đủ quyền biểu quyết. Tất cả các cấu trúc này có thể có hiệu quả trong việc phân bố rủi ro và phần thưởng nhằm mang lại lợi ích tốt nhất cho công ty và để có nguồn tài chính theo cách hiệu quả về chi phí.

Trong bất kỳ loại cổ phiếu nào, tất cả các cổ phần đều phải có quyền như nhau. Nhà đầu tư có thể yêu cầu được cung cấp thông tin về quyền biểu quyết của họ trước khi đầu tư. Sau khi đã đầu tư thì quyền của họ không được thay đổi trừ phi những cổ phiếu có quyền biểu quyết có cơ hội tham gia vào quyết định thay đổi những quyền đó. Đề xuất thay đổi quyền biểu quyết của các đợt và loại cổ phiếu khác nhau cần được thông qua tại Đại hội đồng cổ đông bằng biểu quyết đa số theo tỷ lệ đã quy định (thường là cao hơn) của các cổ đông nắm giữ cổ phiếu bị ảnh hưởng đó.

II.F. Giao dịch bên liên quan phải được phê duyệt và thực hiện theo cách có thể bảo đảm việc quản lý xung đột lợi ích một cách phù hợp và bảo vệ lợi ích của công ty và cổ đông.

II.F.1. Cần giải quyết xung đột lợi ích tiềm tàng trong giao dịch bên liên quan.

Việc lạm dụng giao dịch bên liên quan là một vấn đề chính sách quan trọng ở tất cả các thị trường, nhưng đặc biệt ở những thị trường mà sở hữu của công ty có tính tập trung và các tập đoàn chiếm ưu thế. Việc cấm những giao dịch này thường không phải là một giải pháp vì thực chất không có gì sai trái khi tham gia giao dịch bên liên quan, miễn là xung đột lợi ích tiềm ẩn trong những giao dịch đó được giải quyết đầy đủ, bao gồm thông qua giám sát và công bố thông tin phù hợp. Điều này còn trở nên quan trọng hơn trong trường hợp có một tỷ lệ thu nhập và/hoặc chi phí đáng kể xuất phát từ giao dịch bên liên quan.

Các quốc gia nên thiết lập một khuôn khổ hiệu quả để cảnh báo rõ ràng những giao dịch này. Khuôn khổ này nên bao gồm định nghĩa rộng nhưng chính xác về bên liên quan. Khuôn khổ này cũng nên bao gồm các nguyên tắc để bỏ qua những giao dịch này khi không mang tính trọng yếu vì những giao dịch đó không vượt quá ngưỡng cần phê duyệt trước, có thể được coi là giao dịch thường xuyên và diễn ra theo các điều khoản thị trường có thể thẩm định, hoặc diễn ra với các công ty con trong trường hợp không có lợi ích cụ thể nào của một bên liên quan. Sau khi giao dịch bên liên quan được xác định, các quốc gia thiết lập quy trình phê duyệt để có thể giảm thiểu khả năng tiêu cực. Ở nhiều quốc gia, phê chuẩn của Hội đồng Quản trị được coi là quan trọng với hỗ trợ rà soát của ủy ban kiểm toán, đặc biệt là vai trò của các thành viên độc lập. Các quốc gia cũng có thể yêu cầu Hội đồng Quản trị chứng minh lợi ích của giao dịch đối với công ty và sự công bằng trong các điều khoản của giao dịch. Nhiều quốc gia yêu cầu hoặc khuyến nghị thông lệ tốt là các thành viên Hội đồng Quản trị có quyền lợi liên quan không tham gia quyết định của Hội đồng Quản trị đối với giao dịch bên liên quan.

Trong vai trò một giải pháp thay thế hoặc bổ sung cho phê duyệt của Hội đồng Quản trị, cổ đông có thể có tiếng nói trong việc phê duyệt một số giao dịch nhất định, mà ở một số quốc gia cần có chấp thuận của cổ đông không có lợi ích liên quan. Đặc biệt, những giao dịch này có thể bao gồm các giao dịch lớn hoặc không thường xuyên hoặc những giao dịch mà thành viên Hội đồng Quản trị có lợi ích liên quan. Một số quốc gia cũng yêu cầu kiểm toán viên độc lập hoặc chuyên gia độc lập bên ngoài có ý kiến hoặc đánh giá về sự phù hợp của giá hoặc giá trị đề xuất của giao dịch, trong một số trường hợp, đây là điều kiện tiên quyết để cổ đông chấp thuận.

II.F.2. Thành viên Hội đồng Quản trị và cán bộ điều hành chủ chốt phải công bố cho Hội đồng Quản trị biết họ có lợi ích đáng kể hay không trong mọi giao dịch hay vấn đề ảnh hưởng trực tiếp tới công ty, cho dù là trực tiếp, gián tiếp, hay thay mặt cho bên thứ ba.

Thành viên Hội đồng Quản trị và các cán bộ điều hành chủ chốt của công ty có nghĩa vụ thông báo cho Hội đồng Quản trị khi họ có quan hệ kinh doanh, gia đình, hay quan hệ khác ngoài công ty có thể ảnh hưởng đến đánh giá của họ đối với một giao dịch hay một vấn đề nào đó của công ty. Các quan hệ đặc biệt như vậy bao gồm việc cán bộ điều hành chủ chốt và thành viên Hội đồng Quản trị có quan hệ với công ty thông qua liên kết với một cổ đông ở vị trí nắm quyền kiểm soát. Khi đã công bố lợi ích đáng kể liên quan đến một vấn đề hay một giao dịch nào đó, nhiều quốc gia yêu cầu hoặc khuyến nghị thông lệ tốt là cá nhân đó không tham gia bất kỳ quyết định nào liên quan đến giao dịch hay vấn đề đó và quyết định của Hội đồng Quản trị cần tránh đáp ứng các lợi ích đó và/ hoặc cần giải thích cho lợi ích của giao dịch đối với công ty, chủ yếu bằng cách đề cập đến điều khoản của giao dịch.

II.G. Cổ đông thiểu số phải được bảo vệ khỏi hành động lạm dụng trực tiếp hoặc gián tiếp bởi hoặc vì lợi ích của cổ đông nắm quyền kiểm soát và cổ đông thiểu số cần có phương tiện khiếu nại hiệu quả. Phải cấm các giao dịch trục lợi cá nhân.

Nhiều công ty đại chúng và niêm yết có cổ đông nắm quyền kiểm soát. Trong khi sự có mặt của cổ đông nắm quyền kiểm soát có thể làm giảm vấn đề đại diện (vấn đề khi chủ sở hữu tài sản không trực tiếp quản lý và phải thuê người quản lý tài sản) thông qua việc giám sát Ban Điều hành chặt chẽ hơn, những yếu kém trong khuôn khổ pháp lý và quản lý có thể dẫn tới việc lạm dụng của các cổ đông khác trong công ty. Các giao dịch trục lợi cá nhân xảy ra khi các cá nhân có quan hệ thân thiết với công ty, bao gồm cổ đông nắm quyền kiểm soát, lợi dụng các quan hệ đó và gây tổn hại cho công ty và nhà đầu tư.

Khả năng lạm dụng gia tăng khi hệ thống pháp lý cho phép, và thị trường chấp nhận, cổ đông nắm quyền kiểm soát thực hiện mức độ kiểm soát không tương ứng với mức độ rủi ro mà họ phải chịu với tư cách là chủ sở hữu bằng cách lợi dụng các công cụ pháp lý để tách quyền sở hữu khỏi quyền kiểm soát. Việc lợi dụng này có thể được thực hiện bằng nhiều cách, bao gồm việc bòn rút lợi nhuận cá nhân trực tiếp thông qua trả lương thưởng cao cho các thành viên gia đình và cộng sự, giao dịch bên liên quan không được kiểm soát, thiên kiến có hệ thống trong khi ra các quyết định kinh doanh, và thay đổi cơ cấu vốn thông qua việc phát hành cổ phiếu đặc biệt làm lợi cho cổ đông nắm quyền kiểm soát.

Ngoài việc công bố thông tin, cơ chế quan trọng để giải quyết tình trạng lạm dụng tiềm ẩn này là sự tồn tại của trách nhiệm trung thành của thành viên Hội đồng Quản trị đối với công ty và tất cả cổ đông. Trên thực tế, việc lạm dụng cổ đông thiểu số được phát hiện nhiều nhất tại các quốc gia có khuôn khổ pháp lý và quản lý trong lĩnh vực này còn yếu kém. Vấn đề này đặc biệt nảy sinh ở một số quốc gia nơi có nhiều tập đoàn kinh tế, và trách nhiệm trung thành của thành viên Hội đồng Quản trị được quy định không rõ ràng và thậm chí được hiểu là trách nhiệm đối với tập đoàn. Trong những trường hợp này, một số quốc gia đã xây dựng quy định để kiểm soát các tác động tiêu cực, bao gồm việc quy định rằng giao dịch có lợi cho một công ty khác trong tập đoàn phải được bù đắp bằng lợi nhuận tương ứng từ các công ty khác của tập đoàn. Một nguyên tắc cơ bản quan trọng đối với các thành viên Hội đồng Quản trị đang làm việc trong cơ cấu của một tập đoàn là mặc dù một công ty có thể thuộc kiểm soát của một công ty khác, nghĩa vụ trung thành của thành viên Hội đồng Quản trị vẫn liên quan đến công ty và tất cả các cổ đông của công ty đó chứ không phải đối với công ty nắm quyền kiểm soát của tập đoàn.

Các điều khoản phổ biến khác nhằm bảo vệ cổ đông thiểu số được chứng minh là hiệu quả bao gồm quyền ưu tiên mua trước cổ phiếu, biểu quyết đa số tuyệt đối với một số quyết định nhất định của cổ đông và khả năng sử dụng bầu dồn phiếu để chọn thành viên Hội đồng Quản trị. Xét thấy rằng một số cấu trúc tập đoàn có thể dẫn đến kiểm soát không cân xứng và thiếu minh bạch, và những rủi ro mà điều này có thể tạo ra đối với quyền của các cổ đông không nắm quyền kiểm soát, một số quốc gia thiết lập hạn chế đối với một số cấu trúc nhất định của các tập đoàn, như sở hữu chéo cổ phần. Trong một số trường hợp cụ thể, một số quốc gia quy định hoặc cho phép cổ đông nắm quyền kiểm soát mua lại tất cả cổ phần của các cổ đông còn lại với mức giá do một cơ quan định giá độc lập xác định. Điều này đặc biệt quan trọng khi cổ đông nắm quyền kiểm soát quyết định hủy niêm yết công ty. Các biện pháp khác để cải thiện quyền của cổ đông thiểu số bao gồm các hành động kiện phái sinh và tập thể. Đa số các cơ quan quản lý đã thiết lập cơ chế để nhận và điều tra khiếu nại của cổ đông, và một số cơ chế có khả năng hỗ trợ các khiếu kiện thông qua việc công bố thông tin liên quan (bao gồm cơ chế tố giác) và/hoặc tài trợ. Với mục đích chung là nâng cao độ tin cậy của thị trường, việc lựa chọn và xây dựng tốt nhất các điều khoản khác nhau để bảo vệ cổ đông thiểu số cần dựa vào khuôn khổ quản lý chung và hệ thống pháp lý quốc gia.

II.H. Thị trường mua bán sáp nhập công ty phải được phép hoạt động một cách hiệu quả và minh bạch.

II.H.1. Các quy định và quy trình điều chỉnh hoạt động thâu tóm quyền kiểm soát công ty trên thị trường vốn, giao dịch bất thường như sáp nhập, và bán phần lớn tài sản của công ty phải được quy định và công bố rõ ràng để nhà đầu tư hiểu được quyền và quyền yêu cầu bồi thường của mình. Các giao dịch phải diễn ra với mức giá minh bạch và trong điều kiện công bằng, bảo vệ quyền lợi của tất cả các cổ đông theo loại cổ đông.

II.H.2. Không được sử dụng các công cụ chống thâu tóm để che chắn Ban Điều hành và Hội đồng Quản trị trước việc thực hiện trách nhiệm giải trình.

Ở một số quốc gia, công ty được sử dụng các công cụ chống thâu tóm. Tuy nhiên, cả nhà đầu tư và thị trường chứng khoán đều bày tỏ quan ngại về khả năng sử dụng rộng rãi các công cụ chống thâu tóm có thể là một trở ngại lớn đối với hoạt động của thị trường đối với việc kiểm soát công ty. Trong một số trường hợp, việc bảo vệ chống thâu tóm chỉ đơn thuần là công cụ che chắn cho Ban Điều hành hoặc Hội đồng Quản trị trước giám sát của cổ đông. Khi thực hiện bất kỳ công cụ chống thâu tóm nào hoặc khi đối phó với các đề xuất thâu tóm, trách nhiệm ủy thác của Hội đồng Quản trị đối với cổ đông và công ty vẫn phải là quan trọng nhất. Một số quốc gia quy định các phương án rút vốn ở mức giá thị trường công bằng và hợp lý cho những cổ đông có ý kiến bất đồng trong trường hợp tái cấu trúc lớn đối với công ty, bao gồm sáp nhập và hợp nhất.

III. Nhà đầu tư tổ chức, thị trường chứng khoán, và các trung gian khác

Khuôn khổ quản trị công ty nên có chính sách khuyến khích hợp lý trong suốt chuỗi đầu tư và tạo điều kiện cho thị trường chứng khoán hoạt động theo cách có thể góp phần cải thiện quản trị công ty.

Để trở nên hiệu quả, khuôn khổ pháp lý và quy định về quản trị công ty phải được xây dựng sát với tình hình thực tế của nền kinh tế nơi khuôn khổ đó sẽ được áp dụng. Ở nhiều quốc gia, quản trị công ty và quyền sở hữu thực tế không còn là mối quan hệ đơn giản và hoàn hảo giữa hiệu quả hoạt động của công ty và thu nhập của người hưởng lợi cuối cùng là cổ đông. Trên thực tế, chuỗi đầu tư thường dài và phức tạp, với vô số các trung gian giữa người hưởng lợi cuối cùng và công ty. Sự hiện diện của các trung gian trong vai trò bên ra quyết định độc lập có ảnh hưởng đến các chính sách khuyến khích và khả năng tham gia quản trị công ty.

Tỷ lệ các khoản đầu tư thuộc nắm giữ của các nhà đầu tư tổ chức như quỹ tương hỗ, quỹ hưu trí, công ty bảo hiểm, và quỹ đầu cơ đã gia tăng đáng kể, và phần nhiều trong số tài sản đó được các công ty quản lý tài sản chuyên nghiệp quản lý. Các nhà đầu tư tổ chức và công ty quản lý tài sản cũng có năng lực và sự quan tâm rất khác nhau trong việc tham gia quản trị công ty. Đối với một số công ty, việc tham gia quản trị công ty, bao gồm việc thực hiện quyền biểu quyết, là một phần hiển nhiên trong mô hình kinh doanh. Nhiều công ty khác lại có thể cung cấp cho người hưởng lợi và khách hàng một mô hình kinh doanh và đầu tư không khuyến khích sử dụng nguồn lực cho việc trở thành cổ đông chủ động. Nếu sự tham gia của cổ đông không phải là một phần trong mô hình kinh doanh và chiến lược đầu tư của tổ chức, các yêu cầu tham gia bắt buộc, như thông qua biểu quyết, có thể hiệu quả hoặc không hiệu quả và có thể dẫn tới việc thực hiện chiếu lệ.

Bộ Nguyên tắc khuyến nghị các nhà đầu tư tổ chức công bố chính sách về quản trị công ty liên quan đến các khoản đầu tư. Tuy nhiên, biểu quyết tại đại hội cổ đông chỉ là một kênh tham gia của cổ đông. Liên hệ trực tiếp và đối thoại với Hội đồng Quản trị và Ban Điều hành là những hình thức tham gia khác của cổ đông thường xuyên được sử dụng. Ở nhiều quốc gia, việc áp dụng các quy tắc về tham gia của cổ đông ("bộ quy tắc dành cho nhà đầu tư tổ chức") đã được áp dụng trong vai trò công cụ quản trị bổ sung nhằm mục đích tăng cường cả trách nhiệm giải trình của nhà đầu tư tổ chức và vai trò của họ trong việc bảo đảm để Hội đồng Quản trị công ty và Ban Điều hành có trách nhiệm giải trình. Khi các bộ quy tắc quản trị công ty được áp dụng trên cơ sở "tuân thủ hoặc giải trình", vai trò của các nhà đầu tư tổ chức với tư cách là cổ đông đặc biệt quan trọng trong việc yêu cầu các công ty phải chịu trách nhiệm giải trình về những sai phạm so với quy định của những bộ quy tắc đó.

III.A. Khuôn khổ quản trị công ty cần tạo điều kiện và hỗ trợ sự tham gia của các nhà đầu tư tổ chức trong các công ty nhận đầu tư. Các nhà đầu tư tổ chức hoạt động ủy thác cần công bố thông tin về chính sách quản trị công ty và biểu quyết đối với các khoản đầu tư, bao gồm quy trình hiện hữu để quyết định việc sử dụng quyền biểu quyết. Bộ quy tắc dành cho nhà đầu tư tổ chức có thể có cơ chế bổ sung để khuyến khích sự tham gia như vậy.

Hiệu quả và độ tin cậy của toàn bộ khuôn khổ quản trị công ty và giám sát công ty có thể phụ thuộc một phần vào mức độ sẵn sàng và năng lực của nhà đầu tư tổ chức trong việc sử dụng quyền cổ đông và thực thi hiệu quả chức năng sở hữu của họ trong công ty mà họ đầu tư. Nguyên tắc này không hẳn yêu cầu nhà đầu tư tổ chức biểu quyết cổ phần của họ, mà có thể yêu cầu phải công bố thông tin về chính sách thực thi quyền cổ đông có tính đến hiệu quả chi phí. Đối với tổ chức hoạt động ủy thác như quỹ hưu trí, các chương trình đầu tư tập thể và một số hoạt động của công ty bảo hiểm, cũng như các nhà quản lý tài sản, quyền biểu quyết có thể được coi là một phần giá trị của khoản đầu tư được thực hiện nhân danh khách hàng. Việc không thực hiện quyền sở hữu có thể gây thua lỗ cho nhà đầu tư, vì vậy nhà đầu tư cần được thông báo về chính sách mà nhà đầu tư tổ chức sẽ thực hiện.

Ở một số quốc gia, yêu cầu công bố thông tin cho thị trường về chính sách quản trị công ty rất cụ thể và bao gồm quy định phải có chiến lược rõ ràng liên quan tới trường hợp một tổ chức sẽ can thiệp vào một công ty, phương thức tổ chức sử dụng để thực hiện những can thiệp như vậy, và cách thức tổ chức đánh giá hiệu quả của chiến lược đó. Việc công bố hồ sơ biểu quyết thực tế được công nhận là một thông lệ tốt, đặc biệt khi tổ chức đã công bố chính sách biểu quyết. Thông tin cần được công bố cho khách hàng (chỉ liên quan tới cổ phiếu của từng khách hàng), hoặc đối với các nhà tư vấn đầu tư của công ty đầu tư đã đăng ký, thông tin cần được công bố cho thị trường thông qua công bố công khai.

Trong khuôn khổ chính sách tham gia, nhà đầu tư tổ chức có thể thiết lập đối thoại liên tục với các công ty trong danh mục đầu tư về các vấn đề cụ thể của công ty hoặc các yếu tố không thể đa dạng hóa ảnh hưởng đến toàn bộ danh mục đầu tư. Đối thoại như vậy giữa nhà đầu tư tổ chức và các công ty cần được khuyến khích, mặc dù trách nhiệm của công ty là đối xử bình đẳng với các nhà đầu tư và không tiết lộ thông tin cho nhà đầu tư tổ chức nếu như thông tin này không được công bố cùng lúc cho thị trường. Vì vậy, thông tin bổ sung do công ty cung cấp thường bao gồm thông tin chung cơ bản về thị trường trong đó công ty hoạt động và giải thích thêm về thông tin mà thị trường đã biết.

Bộ quy tắc dành cho nhà đầu tư tổ chức đã trở thành một thông lệ được thiết lập lâu dài ở nhiều quốc gia để bổ sung cho các yêu cầu công bố thông tin khác đối với các nhà đầu tư tổ chức về chính sách tham gia và biểu quyết của họ. Hầu hết các quy tắc về sự tham gia của cổ đông đều để các nhà đầu tư tổ chức có toàn quyền quyết định có áp dụng quy tắc này hay không. Cách tiếp cận tự nguyện và linh hoạt này được hình thành để cho phép nhà đầu tư điều chỉnh quy tắc phù hợp với chiến lược đầu tư tương ứng. Một số quốc gia cũng thiết lập cơ chế thực thi các quy tắc đó để bảo đảm tuân thủ và thúc đẩy hoạt động báo cáo theo thông lệ tốt nhất. Một số quốc gia cũng coi trọng việc thực hiện cập nhật định kỳ và giám sát các quy tắc này để bảo đảm sự phù hợp và giám sát việc thực hiện quy tắc một cách hiệu quả.

Khi các nhà đầu tư tổ chức xây dựng và công bố chính sách quản trị công ty và trách nhiệm quản lý, họ cũng phải dành nguồn nhân lực và tài chính hợp lý để thực thi những chính sách đó hiệu quả theo cách mà người thụ hưởng và công ty thuộc danh mục đầu tư kỳ vọng. Bản chất và việc thực hiện trên thực tế chính sách quản trị công ty và biểu quyết bởi nhà đầu tư tổ chức, kể cả vấn đề bố trí nhân sự, phải được công bố minh bạch đối với khách hàng, vì khách hàng tin tưởng những nhà đầu tư tổ chức có chính sách quản trị công ty và trách nhiệm quản lý chủ động.

III.B. Việc biểu quyết có thể được thực hiện bởi các tổ chức lưu ký hoặc bên được chỉ định theo chỉ dẫn của cổ đông sở hữu cổ phiếu.

Các tổ chức lưu ký nắm giữ chứng khoán trong vai trò đại diện cho khách hàng không nên được phép biểu quyết đối với những chứng khoán đó trừ trường hợp đã được chỉ thị cụ thể để làm điều đó. Ở một số quốc gia, các yêu cầu niêm yết bao gồm một danh mục rộng rãi các hạng mục mà tổ chức lưu ký không được biểu quyết nếu không có chỉ thị, trong khi để ngỏ khả năng này cho những hạng mục thông thường nhất định. Cần có quy định yêu cầu tổ chức tư vấn đầu tư hoặc tổ chức lưu ký cung cấp cho cổ đông thông tin liên quan tới các lựa chọn của họ trong việc sử dụng quyền biểu quyết. Cổ đông có thể chọn cách tự biểu quyết hoặc ủy quyền toàn bộ quyền biểu quyết cho tổ chức lưu ký. Hoặc cổ đông có thể chọn cách dựa vào thông tin về tất cả các vấn đề cần biểu quyết của cổ đông sắp tới và quyết định tự biểu quyết một số phiếu biểu quyết và ủy nhiệm một số quyền biểu quyết cho tổ chức lưu ký.

Người nắm giữ chứng chỉ lưu ký cũng phải có các quyền tương tự và có cơ hội thực sự để tham gia quản trị công ty như cổ đông nắm giữ cổ phần cơ sở. Trường hợp người nắm giữ chứng chỉ lưu ký muốn sử dụng đại diện ủy quyền, ngân hàng lưu ký, văn phòng ủy thác hay tổ chức tương đương cần cung cấp kịp thời đại diện ủy quyền cho người nắm giữ chứng chỉ lưu ký. Người nắm giữ chứng chỉ lưu ký phải có quyền ban hành chỉ dẫn biểu quyết có hiệu lực đối với cổ phiếu mà tổ chức lưu ký hay ủy thác thay mặt họ nắm giữ.

Cần lưu ý rằng nguyên tắc này không áp dụng cho việc thực hiện quyền biểu quyết bởi người được ủy thác quản lý tài sản hoặc cá nhân khác hoạt động theo những nhiệm vụ pháp lý đặc biệt (ví dụ, quản tài viên hay hay người quản lý tài sản).

III.C. Các nhà đầu tư tổ chức hoạt động ủy thác cần công bố cách thức quản lý các xung đột lợi ích trọng yếu có thể ảnh hưởng tới việc thực hiện các quyền sở hữu cơ bản liên quan tới các khoản đầu tư của họ.

Động lực để đơn vị sở hữu trung gian biểu quyết và thực hiện các quyền sở hữu cơ bản trong nhiều trường hợp có thể khác với chủ sở hữu trực tiếp. Khác biệt này đôi khi có thể do lý do thuần túy thương mại nhưng cũng có thể nảy sinh từ xung đột lợi ích đặc biệt nghiêm trọng khi tổ chức ủy thác là một chi nhánh hay công ty con của một tổ chức tài chính khác, và đặc biệt là một tập đoàn tài chính phức hợp. Khi những xung đột như vậy nảy sinh từ các quan hệ kinh doanh chủ chốt, ví dụ thông qua hợp đồng quản lý quỹ cho công ty mà họ đầu tư, những xung đột này cần được xác định và công bố.

Đồng thời, các nhà đầu tư tổ chức cũng cần công bố các biện pháp họ đang thực hiện để giảm thiểu tác động tiêu cực tiềm tàng đối với năng lực thực hiện các quyền của cổ đông ở mức độ phù hợp theo quy định của luật pháp quốc gia. Những biện pháp này có thể bao gồm việc tách bạch tiền thưởng cho việc quản lý quỹ khỏi các khoản có liên quan tới việc thâu tóm ngành kinh doanh mới trong tổ chức. Cấu trúc phí cho dịch vụ quản lý tài sản và dịch vụ trung gian khác phải minh bạch.

III.D. Khuôn khổ quản trị công ty phải yêu cầu các tổ chức và chuyên gia cung cấp phân tích hoặc tư vấn liên quan đến quyết định của nhà đầu tư, như cố vấn ủy quyền, nhà phân tích, nhà môi giới, đơn vị cung cấp dữ liệu và xếp hạng Môi trường – Xã hội – Quản trị ESG (MTXHQT), cơ quan xếp hạng tín nhiệm, và nhà cung cấp chỉ số, trong trường hợp có quy định, công bố và giảm thiểu những xung đột lợi ích có thể làm tổn hại đến tính toàn vẹn của phân tích hoặc tư vấn. Phương pháp luận do các nhà cung cấp dữ liệu và xếp hạng MTXHQT, cơ quan xếp hạng tín nhiệm, nhà cung cấp chỉ số, và cố vấn ủy quyền sử dụng phải minh bạch và công khai.

Chuỗi đầu tư từ chủ sở hữu cuối cùng tới các công ty không chỉ liên quan đến nhiều chủ sở hữu trung gian mà còn liên quan đến nhiều ngành nghề cung cấp tư vấn và dịch vụ cho các chủ sở hữu trung gian. Cố vấn ủy quyền cung cấp khuyến nghị cho các nhà đầu tư tổ chức về cách thức biểu quyết và bán dịch vụ hỗ trợ trong quá trình biểu quyết chính là cơ quan có liên quan nhiều nhất xét từ khía cạnh quản trị công ty trực tiếp. Trong một số trường hợp, cố vấn ủy quyền cũng cung cấp dịch vụ tư vấn liên quan đến quản trị công ty cho các công ty. Các cơ quan xếp hạng tín nhiệm xếp hạng các công ty theo năng lực đáp ứng nghĩa vụ nợ và các cơ quan xếp hạng MTXHQT xếp hạng các công ty theo các tiêu chí khác nhau về MTXHQT. Các nhà phân tích và môi giới thực hiện những vai trò tương tự và đối mặt với xung đột lợi ích tiềm tàng.

Với tầm quan trọng của - và đôi khi phụ thuộc vào - nhiều dịch vụ khác nhau trong quản trị công ty, khuôn khổ quản trị công ty nên thúc đẩy sự liêm chính của các đơn vị và chuyên gia cung cấp dịch vụ phân tích và tư vấn liên quan đến quyết định của nhà đầu tư, như cố vấn ủy quyền, nhà phân tích, nhà môi giới, nhà cung cấp dữ liệu và xếp hạng MTXHQT, cơ quan xếp hạng tín nhiệm, và nhà cung cấp chỉ số. Những nhà cung cấp dịch vụ này, đặc biệt là các nhà cung cấp chỉ số và xếp hạng ESG, có thể có tác động đáng kể đến chính sách cũng như thực tiễn quản trị và phát triển bền vững của công ty dựa trên phương pháp xếp hạng và tiêu chí đưa vào chỉ số của họ. Do đó, phương pháp luận được các nhà cung cấp dịch vụ theo quy định sử dụng để đưa ra xếp hạng, chỉ số, và dữ liệu phải minh bạch và được công bố công khai cho khách hàng và các bên tham gia thị trường. Điều này đặc biệt quan trọng khi các xếp hạng, chỉ số, và dữ liệu này cũng được tham chiếu dưới dạng số liệu cho mục đích quản lý. Sự phụ thuộc hoàn toàn vào xếp hạng trong quản lý có thể gây ra câu hỏi, trong khi quy trình quyết định xếp hạng nào đủ điều kiện để sử dụng cho mục đích quản lý phải minh bạch và có thể phải được đánh giá ở nhiều mức độ tần suất khác nhau. Kêu gọi Hành động của IOSCO tháng 11 năm 2022 đề cập đến thông lệ thực hành tốt đối với các nhà cung cấp dữ liệu và xếp hạng MTXHQT, và được dành cho các cơ quan thiết lập chuẩn mực tự nguyện và các hiệp hội ngành hoạt động trên thị trường tài chính để thúc đẩy thông lệ tốt giữa các thành viên.

Đồng thời, xung đột lợi ích có thể phát sinh và ảnh hưởng đến việc đánh giá, như khi nhà cung cấp dịch vụ tư vấn, xếp hạng hoặc dữ liệu cũng tìm cách cung cấp các dịch vụ khác cho công ty, khi nhà cung cấp hoặc chủ sở hữu công ty có lợi ích trọng yếu trực tiếp trong công ty hoặc đối thủ cạnh tranh, hoặc khi nhà cung cấp xếp hạng đồng thời là nhà cung cấp chỉ số, là đơn vị sẽ quyết định đưa công ty nào vào chỉ số dựa trên xếp hạng mà đơn vị đó đưa ra. Nhiều quốc gia đã áp dụng các quy định hoặc bộ quy tắc hành vi tự nguyện, hoặc khuyến khích việc các bộ quy tắc tự quản được thiết kế để giảm nhẹ những xung đột lợi ích đó hoặc những rủi ro khác liên quan đến sự liêm chính, và quy định về các sắp xếp giám sát nhà nước và/hoặc tư nhân.

Nhiều quốc gia yêu cầu hoặc khuyến khích các nhà cố vấn ủy quyền công bố công khai và/hoặc công bố cho khách hàng đầu tư về nghiên cứu và phương pháp luận là nền tảng cho các khuyến nghị của mình, và các tiêu chí đối với chính sách biểu quyết liên quan cho khách hàng. Một số quốc gia yêu cầu cố vấn ủy quyền áp dụng và công bố công khai bộ quy tắc ứng xử cũng như công bố thông tin về nghiên cứu, tư vấn hoặc khuyến nghị biểu quyết và mọi xung đột lợi ích hoặc quan hệ kinh doanh có thể ảnh hưởng đến nghiên cứu, tư vấn, hoặc khuyến nghị biểu quyết của họ, và những hành động mà họ đã thực hiện để loại bỏ, giảm thiểu, hoặc quản lý các xung đột lợi ích thực tế hoặc tiềm ẩn. Trong một số trường hợp, yêu cầu đối với cố vấn ủy quyền bao gồm phát triển nguồn nhân lực và hoạt động phù hợp để thực hiện hiệu quả chức năng của họ.

III.E. Giao dịch nội gián và thao túng thị trường phải bị cấm và các quy định phù hợp phải được thực thi.

Vì giao dịch nội gián và thao túng thị trường làm suy yếu niềm tin của công chúng đối với của thị trường vốn và hoạt động hiệu quả của thị trường vốn, các quy định về chứng khoán, luật công ty và/hoặc luật hình sự ở đa số quốc gia đều cấm các giao dịch loại này. Những giao dịch này có thể được coi là hành vi vi phạm thông lệ quản trị công ty tốt cũng như vi phạm nguyên tắc đối xử công bằng với mọi cổ đông. Tuy nhiên, hiệu quả của lệnh cấm như vậy lại phụ thuộc vào việc thực thi pháp luật.

III.F. Đối với những công ty được niêm yết ở một quốc gia khác với quốc gia nơi thành lập, các luật và quy định quản trị công ty áp dụng phải được công bố rõ ràng. Trong trường hợp niêm yết chéo, các tiêu chí và thủ tục công nhận các quy định niêm yết của nơi niêm yết chính phải minh bạch và được quy định bằng văn bản.

Việc các công ty được niêm yết hoặc giao dịch ở những địa điểm khác ở một quốc gia khác với quốc gia nơi thành lập đang ngày trở nên quen thuộc. Điều này có thể khiến các nhà đầu tư cảm thấy không chắc chắn về các nguyên tắc và quy định về quản trị công ty áp dụng cho công ty đó. Những nguyên tắc và quy định này có thể liên quan đến bất kỳ nội dung gì, từ thủ tục cho tới địa điểm họp đại hội cổ đông, cho tới quyền của cổ đông thiểu số. Do vậy, công ty nên công bố rõ ràng về luật áp dụng. Khi các quy định chính về quản trị công ty thuộc phạm vi điều chỉnh của một quốc gia khác với nơi giao dịch, những khác biệt chính phải được ghi nhận.

Một hậu quả quan trọng nữa của tình trạng quốc tế hóa và hòa nhập các thị trường chứng khoán là tình trạng phổ biến của việc niêm yết thứ cấp đối với công ty đã niêm yết trên một sở giao dịch chứng khoán khác, gọi là niêm yết chéo. Các công ty có niêm yết chéo thường thuộc phạm vi điều chỉnh của các quy định và thẩm quyền của quốc gia nơi họ niêm yết chính. Trong trường hợp niêm yết thứ cấp, các công ty có thể được miễn một số nguyên tắc niêm yết tại địa phương dựa trên việc công nhận các yêu cầu về niêm yết và quy định về quản trị công ty của sở giao dịch nơi công ty niêm yết chính. Các thị trường chứng khoán nên công bố rõ ràng các nguyên tắc và thủ tục áp dụng cho niêm yết chéo và các ngoại lệ có liên quan đến các quy tắc quản trị công ty.

III.G. Thị trường chứng khoán nên tạo ra cách thức xác định giá chứng khoán một cách công bằng và hiệu quả, là một phương thức để thúc đẩy quản trị công ty hiệu quả.

Quản trị công ty hiệu quả nghĩa là cổ đông có thể giám sát và đánh giá các khoản đầu tư vào công ty bằng cách so sánh giữa thông tin liên quan đến thị trường với thông tin của công ty về triển vọng và hiệu quả hoạt động. Khi cổ đông tin rằng việc đó sẽ có lợi, họ có thể dùng tiếng nói của mình để có ảnh hưởng đến hành vi của công ty, bán cổ phần (hoặc mua thêm cổ phiếu), hoặc đánh giá lại cổ phần của công ty trong danh mục. Do đó, chất lượng và cơ hội tiếp cận thông tin thị trường bao gồm việc hình thành giá khách quan và hiệu quả liên quan đến các khoản đầu tư là hết sức quan trọng để cổ đông có thể thực hiện được quyền của mình.

Tất cả các loại nhà đầu tư, cho dù họ theo chiến lược đầu tư chủ động hay thụ động, đều có vai trò liên quan trong việc góp phần giúp thị trường vốn hoạt động tốt và hình thành giá hiệu quả. Về vấn đề này, chất lượng và khả năng tiếp cận thông tin cụ thể về thị trường và công ty là yếu tố then chốt, đặc biệt đối với những người sử dụng thông tin này để thực hiện các chiến lược quản trị công ty tích cực.

IV. Công bố thông tin và minh bạch

Khuôn khổ quản trị công ty phải bảo đảm việc công bố thông tin kịp thời và chính xác về mọi vấn đề quan trọng liên quan đến công ty, bao gồm tình hình tài chính, tình hình hoạt động, bền vững, sở hữu và quản trị công ty.

Ở nhiều quốc gia, một lượng thông tin lớn, bao gồm thông tin bắt buộc và tự nguyện, về các công ty đại chúng và công ty chưa niêm yết lớn được thu thập và cung cấp cho nhiều đối tượng sử dụng khác nhau. Thông tin thường được công bố công khai tối thiểu một lần mỗi năm mặc dù một số quốc gia quy định công bố thông tin nửa năm hoặc ba tháng một lần, hoặc công bố đột xuất trong trường hợp có giao dịch bên liên quan trọng yếu hoặc sự kiện trọng yếu khác ảnh hưởng tới công ty. Các công ty thường công bố thông tin tự nguyện trên mức tối thiểu theo quy định để đáp ứng nhu cầu thị trường.

Bộ Nguyên tắc ủng hộ việc công bố kịp thời mọi diễn biến trọng yếu phát sinh giữa các báo cáo định kỳ. *Bộ Nguyên tắc* cũng ủng hộ việc công bố thông tin trọng yếu hoặc cần thiết cho tất cả cổ đông nhằm bảo đảm đối xử công bằng với cổ đông, là nguyên tắc nền tảng mà các công ty phải duy trì.

Các quy định công bố thông tin không nên gây ra gánh nặng hành chính hoặc chi phí ở mức bất hợp lý đối với công ty. Cũng không nên kỳ vọng các công ty phải công bố những thông tin có thể làm tổn hại vị thế cạnh tranh của công ty trừ phi việc công bố thông tin là cần thiết để cung cấp thông tin đầy đủ cho quyết định của nhà đầu tư hoặc để tránh làm nhà đầu tư hiểu lầm. Để xác định những thông tin cần công bố ở mức tối thiểu, nhiều quốc gia áp dụng khái niệm mức độ trọng yếu. Thông tin trọng yếu có thể được định nghĩa là thông tin mà việc không công bố hoặc công bố sai có thể được cho là có ảnh hưởng đối với đánh giá của nhà đầu tư về giá trị của công ty. Thông tin trọng yếu cũng có thể được định nghĩa là thông tin mà một nhà đầu tư bình thường có thể coi là quan trọng khi ra quyết định đầu tư hoặc biểu quyết.

Cơ chế công bố thông tin mạnh mẽ và thúc đẩy sự minh bạch thực sự là đặc điểm then chốt của việc giám sát công ty dựa trên thị trường, và đóng vai trò then chốt giúp cổ đông thực hiện các quyền của mình trên cơ sở có đủ thông tin. Kinh nghiệm cho thấy công bố thông tin cũng có thể là một công cụ hiệu quả để tác động tới hành vi của công ty và bảo vệ nhà đầu tư. Cơ chế công bố thông tin mạnh mẽ có thể giúp thu hút vốn và duy trì lòng tin trên thị trường vốn. Ngược lại, việc công bố thông tin yếu kém và không minh bạch có thể dẫn đến hành vi phi đạo đức và làm mất đi tính trung thực của thị trường, gây thiệt hại lớn không chỉ cho công ty và cổ đông mà cho cả nền kinh tế nói chung. Cổ đông và nhà đầu tư tiềm năng phải được tiếp cận thông tin đáng tin cậy và có thể so sánh một cách thường xuyên, kịp thời, có đủ mức độ chi tiết để cổ đông và nhà đầu tư đánh giá kết quả hoạt động của Ban Điều hành, và ra các quyết định dựa trên đầy đủ thông tin về định giá, quyền sở hữu, và biểu quyết của cổ phần. Thông tin không đầy đủ và không rõ ràng có thể cản trở khả năng hoạt động hiệu quả của thị trường, làm tăng chi phí vốn, và dẫn tới việc phân bổ nguồn lực không hiệu quả.

Trong khi việc công bố thông tin của công ty nên tập trung vào những nội dung trọng yếu đối với quyết định của nhà đầu tư và có thể bao gồm việc đánh giá giá trị của công ty, công bố thông tin cũng giúp nâng cao hiểu biết của công chúng về cơ cấu và hoạt động của công ty, chính sách công ty, và kết quả liên quan đến các tiêu chuẩn môi trường, đạo đức, và quản trị.

IV.A. Công bố thông tin nên bao gồm, nhưng không hạn chế ở, các thông tin trọng yếu về:

IV.A.1. Kết quả tài chính và hoạt động của công ty.

Báo cáo tài chính đã được kiểm toán cho thấy hiệu quả kinh tế và tình hình tài chính của công ty (thường bao gồm bảng cân đối kế toán, báo cáo kết quả kinh doanh, báo cáo lưu chuyển tiền tệ, và thuyết minh báo cáo tài chính) là nguồn thông tin được sử dụng rộng rãi nhất về các công ty. Báo cáo tài chính cho phép cổ đông giám sát công ty một cách phù hợp và làm cơ sở để định giá chứng khoán. Báo cáo thường niên cũng thường bao gồm báo cáo và phân tích của Ban Điều hành về tình hình hoạt động của công ty. Báo cáo này hữu ích nhất khi xem cùng với báo cáo tài chính đi kèm. Nhà đầu tư đặc biệt quan tâm tới thông tin giúp họ có thể hiểu và đánh giá được hiệu quả kinh tế của công ty trong tương lai.

Có thể nói thất bại trong quản trị thường gắn liền với việc không công bố "bức tranh toàn cảnh". Do đó, việc công bố thông tin liên quan tới các giao dịch của toàn bộ tập đoàn cần tuân thủ các chuẩn mực quốc tế có chất lượng cao và được công nhận rộng rãi, và bao gồm thông tin về các khoản nợ tiềm tàng, giao dịch tài khoản ngoại bảng, cũng như thông tin về các đơn vị được thành lập cho mục đích đặc biệt.

IV.A.2. Mục tiêu và thông tin liên quan đến bền vững của công ty.

Ngoài mục tiêu thương mại, các công ty nên công bố các chính sách và chỉ số kết quả trọng yếu liên quan tới các vấn đề môi trường và xã hội, như trình bày chi tiết về công bố thông tin bền vững ở Chương VI.

IV.A.3. Cơ cấu vốn, cơ cấu tập đoàn, và cơ chế kiểm soát.

Một số cơ cấu vốn như cơ cấu trúc kim tự tháp, sở hữu chéo, và cổ phiếu có quyền biểu quyết hạn chế hoặc nhiều quyền biểu quyết cho phép các cổ đông thực hiện một mức độ kiểm soát đối với công ty không tương xứng với quyền sở hữu vốn cổ phần của họ trong công ty.

Các tập đoàn thường có cơ cấu phức tạp bao gồm nhiều tầng công ty con, bao gồm trường hợp các công ty thuộc các ngành và ở các quốc gia khác nhau. Những cơ cấu này có thể làm hạn chế khả năng của các cổ đông không nắm quyền kiểm soát của công ty mẹ và công ty con trong việc tác động đến chính sách của công ty và hiểu rõ những rủi ro liên quan, đồng thời có thể cho phép cổ đông kiểm soát thu được lợi ích riêng từ các công ty trong nhóm.

Ngoài quan hệ sở hữu, còn có các công cụ khác có thể ảnh hưởng tới việc kiểm soát công ty. Thỏa ước cổ đông thường là cách phổ biến giúp các nhóm cổ đông, mà từng cá nhân có thể chỉ nắm giữ một phần nhỏ cổ phần, phối hợp với nhau để cấu thành một đa số có ảnh hưởng thực tế, hoặc ít nhất là khối cổ đông riêng lẻ lớn nhất. Thỏa ước cổ đông thường đem lại cho những người tham gia thỏa ước quyền ưu đãi mua cổ phiếu nếu cổ đông khác trong thỏa ước muốn bán. Các thỏa ước này cũng có thể bao gồm điều khoản yêu cầu người tham gia không bán cổ phần trong một khoảng thời gian nhất định. Thỏa ước cổ đông có thể bao hàm các vấn đề như cách thức bầu chọn Hội đồng Quản trị hoặc Chủ tịch Hội đồng Quản trị. Thỏa ước cũng buộc người tham gia phải biểu quyết theo khối. Một số quốc gia nhận thấy cần phải giám sát chặt chẽ những thỏa ước này và cần giới hạn thời gian của các thỏa ước.

Giới hạn biểu quyết hạn chế số lượng phiếu bầu của một cổ đông, bất kể số lượng cổ phần người đó có thể sở hữu thực tế. Vì vậy giới hạn biểu quyết phân chia lại quyền kiểm soát và có thể ảnh hưởng tới động lực tham gia đại hội cổ đông của các cổ đông.

Do tiềm năng chi phối khá lớn của những cơ chế này trong việc phân phối lại ảnh hưởng của cổ đông đối với chính sách công ty, và sự phù hợp của cơ chế đối với việc thực thi quy định về thâu tóm, cần yêu cầu công bố thông tin về cơ cấu vốn, cơ cấu tập đoàn, và cơ chế kiểm soát này. Việc công bố thông tin về những cơ cấu và cơ chế này cũng cho phép cổ đông và nhà đầu tư tiềm năng ra quyết định dựa trên đầy đủ thông tin hơn.

IV.A.4. Sở hữu cổ phần kiểm soát, bao gồm chủ sở hữu hưởng lợi, và quyền biểu quyết.

Một trong các quyền cơ bản của nhà đầu tư là được cung cấp thông tin về cơ cấu sở hữu của công ty và quyền của nhà đầu tư so với quyền của những chủ sở hữu khác. Nhà đầu tư cũng có quyền tiếp cận thông tin về cơ cấu của một tập đoàn và quan hệ giữa các công ty trong nhóm. Việc công bố thông tin như vậy cần phải làm rõ mục tiêu, bản chất, và cơ cấu của tập đoàn. Nên quy định yêu cầu công bố số liệu về sở hữu khi vượt qua một ngưỡng sở hữu nhất định. Trên thị trường vốn có đặc điểm là cơ cấu sở hữu phân tán, nơi lượng cổ phần nhỏ có thể gây ảnh hưởng đáng kể đến công ty, các ngưỡng này có thể được đặt thấp hơn. Thông tin công bố có thể bao gồm số liệu về cổ đông đa số và các cổ đông khác trực tiếp hoặc gián tiếp, có ảnh hưởng đáng kể hoặc kiểm soát có thể ảnh hưởng đáng kể hoặc kiểm soát công ty, ví dụ thông qua quyền biểu quyết đặc biệt, thỏa ước cổ đông, sở hữu cổ phần kiểm soát hay số lượng lớn cổ phần, việc sử dụng cơ cấu công ty mẹ-con bao gồm các lớp công ty hoặc các quan hệ sở hữu cổ phần chéo và bảo lãnh chéo đáng kể. Việc công bố sở hữu cổ phiếu của các thành viên HĐQT, kể cả thành viên không điều hành, sẽ được yêu cầu thực hiện hoặc được coi là thông lệ tốt ở một số quốc gia, và việc công bố những thông tin này thường xuyên cũng được coi là thông lệ tốt.

Đặc biệt với mục đích thực thi, và xác định các xung đột lợi ích tiềm tàng, giao dịch bên liên quan, giao dịch nội gián và thao túng thị trường, thông tin về người sở hữu trên giấy tờ cần được bổ sung bằng thông tin về chủ sở hữu hưởng lợi. Ngày càng nhiều quốc gia sử dụng cơ quan đăng ký quốc gia tập trung trong khi các quốc gia khác có thể yêu cầu cơ quan đăng ký cấp công ty để tạo điều kiện tiếp cận thông tin cập nhật và chính xác về quyền sở hữu hưởng lợi. Trong trường hợp không có cơ quan đăng ký như vậy, ít nhất thông tin về chủ sở hữu hưởng lợi phải được các cơ quan quản lý và thực thi cung cấp và/hoặc thông qua thủ tục tư pháp. Ngoài ra, hướng dẫn do Lực lượng Hành động về Tài chính (FATF) và IMF ban hành để giải thích về cách tiếp cận đa hướng nhằm bảo đảm có sẵn thông tin về quyền sở hữu hưởng lợi có thể là công cụ hữu ích để tham khảo thêm.

IV.A.5. Thông tin về cơ cấu và từng thành viên Hội đồng Quản trị, bao gồm trình độ, quy trình tuyển chọn, các vị trí đang nắm giữ tại công ty khác, và liệu những thành viên đó có được Hội đồng Quản trị coi là độc lập hay không.

Nhà đầu tư cần có thông tin về từng thành viên Hội đồng Quản trị và cán bộ điều hành chủ chốt để đánh giá kinh nghiệm và trình độ của họ và đánh giá về mọi xung đột lợi ích tiềm tàng có thể ảnh hưởng tới suy xét của họ. Thông tin này cũng rất quan trọng để giúp nhà đầu tư đánh giá được kinh nghiệm và trình độ của Hội đồng Quản trị. Đối với thành viên Hội đồng Quản trị, thông tin chuẩn hóa phải bao gồm trình độ, sở hữu cổ phần trong công ty, các vị trí thành viên Hội đồng Quản trị và ủy ban thuộc Hội đồng Quản trị của công ty khác, các vị trí quản lý cấp cao khác, và liệu những thành viên đó có được Hội đồng Quản trị coi là thành viên độc lập hay không. Thông tin này cũng có thể đề cập đến sự tuân thủ của các thành viên Hội đồng Quản trị với các tiêu chí độc lập áp dụng. Việc công khai sự tham gia của thành viên Hội đồng Quản trị vào Hội đồng Quản trị của các công ty khác là thông tin quan trọng cần được công bố không chỉ bởi vì nó là dấu hiệu cho thấy kinh nghiệm và áp lực thời gian tiềm tàng đối với thành viên Hội đồng Quản trị mà còn bởi nó có thể làm sáng tỏ các xung đột lợi ích tiềm tàng và làm rõ mức độ liên quan đến nhau giữa các Hội đồng Quản trị.

Một số quốc gia yêu cầu công ty phải công bố thông tin về quy trình tuyển chọn và đặc biệt là liệu quy trình đó có mở rộng cho nhiều ứng cử viên hay không. Thông tin như vậy cần được cung cấp trước khi có bất kỳ quyết định nào của đại hội đồng cổ đông hoặc được cung cấp liên tục nếu tình hình có thay đổi trọng yếu.

Nhiều quốc gia yêu cầu hoặc khuyến nghị công bố thành phần Hội đồng Quản trị, bao gồm cả sự đa dạng về giới. Việc công bố thông tin như vậy cũng có thể được mở rộng sang các tiêu chí khác như độ tuổi và đặc điểm nhân khẩu học khác, ngoài kinh nghiệm và kiến thức chuyên môn. Một số quốc gia thiết lập yêu cầu hoặc khuyến nghị như vậy trong các bộ quy tắc cũng yêu cầu công bố trên cơ sở "tuân thủ hoặc giải trình". Trong một số trường hợp, việc này bao gồm việc công khai thành phần Ban Điều hành trong hệ thống hội đồng quản trị hai cấp, và các vị trí điều hành hoặc quản lý cấp cao khác.

IV.A.6. Thù lao cho thành viên Hội đồng Quản trị và cán bộ điều hành chủ chốt.

Thông tin về thù lao cho Hội đồng Quản trị và cán bộ điều hành chủ chốt cũng là vấn đề quan tâm của cổ đông, bao gồm mối liên hệ giữa thù lao và kết quả hoạt động lâu dài của công ty, bền vững và năng lực chống chịu. Các công ty thường được kỳ vọng sẽ công bố thông tin kịp thời về những thay đổi trọng yếu đối với chính sách thù lao cho thành viên Hội đồng Quản trị và cán bộ điều hành chủ chốt, cũng như mức thù lao hoặc khoản tiền thù lao trên cơ sở chuẩn mực và so sánh, để nhà đầu tư có thể đánh giá chi phí và lợi ích của kế hoạch thù lao và đóng góp của các chương trình ưu đãi, như chương trình chia cổ phiếu thưởng đối với hiệu quả hoạt động của công ty. Việc công bố thông tin về từng thành viên (kể cả các điều khoản về chấm dứt và hưu trí) ngày càng được coi là thông lệ tốt và hiện được coi là bắt buộc hoặc khuyến khích ở nhiều quốc gia. Một số quốc gia yêu cầu phải công bố mức thù lao của một số cán bộ điều hành chủ chốt nhất định có mức lương cao nhất, trong khi ở các quốc gia khác, yêu cầu công bố chỉ giới hạn ở các chức danh cụ thể. Việc có bảo hiểm trách nhiệm của thành viên Hội đồng Quản trị và cán bộ quản lý của công ty cũng có thể làm thay đổi động cơ quản lý, do đó bảo đảm việc công bố chính sách bảo hiểm trách nhiệm. Việc sử dụng các chỉ số bền vững trong thù lao cũng có thể bảo đảm việc công bố thông tin để cho phép nhà đầu tư đánh giá liệu các chỉ số có gắn với rủi ro và cơ hội bền vững trọng yếu không và khuyến khích tầm nhìn dài hạn.

IV.A.7. Giao dịch bên liên quan.

Nhằm bảo đảm để công ty được điều hành vì lợi ích của tất cả các nhà đầu tư, công ty nhất thiết phải công bố đầy đủ các giao dịch trọng yếu với các bên liên quan và điều khoản của từng giao dịch đó cho thị trường. Thực tế ở một số quốc gia, việc công bố này là quy định theo pháp luật. Trường hợp quốc gia chưa có định nghĩa về trọng yếu, các công ty phải được yêu cầu công bố thông tin về chính sách/tiêu chí được áp dụng để xác định giao dịch trọng yếu với bên liên quan. Các bên liên quan tối thiểu bao gồm các tổ chức kiểm soát hoặc chịu sự kiểm soát chung cùng với công ty, các cổ đông lớn kể cả thành viên gia đình họ, và các cán bộ điều hành chủ chốt. Trong khi định nghĩa về bên liên quan theo chuẩn mực kế toán quốc tế được chấp nhận chung là một tham chiếu hữu ích, khuôn khổ quản trị công ty phải bảo đảm tất cả các bên liên quan được xác định phù hợp, và trong những trường hợp có lợi ích cụ thể của các bên liên quan, giao dịch trọng yếu với các công ty con hợp nhất cũng được công bố. Cấu trúc tập đoàn phức tạp có thể làm tăng tình trạng thiếu minh bạch tiềm ẩn trong giao dịch bên liên quan và khả năng lách các yêu cầu công bố thông tin. Cần đặc biệt lưu tâm xem liệu khuôn khổ quản trị công ty có xác định chính xác tất cả các bên liên quan ở những quốc gia có cơ cấu tập đoàn phức tạp liên quan đến các công ty đại chúng hay không.

Giao dịch liên quan tới cổ đông lớn (hoặc gia đình, họ hàng gần của họ...), gián tiếp hoặc trực tiếp, thường là loại giao dịch bên liên quan khó giám sát nhất để bảo đảm đối xử công bằng với mọi cổ đông. Ở một số quốc gia, cổ đông sở hữu từ 5% cổ phần trở lên phải báo cáo giao dịch. Các yêu cầu về công bố thông tin bao gồm bản chất mối quan hệ trong đó quyền kiểm soát tồn tại, và bản chất, giá trị và số lượng giao dịch với các bên liên quan, được nhóm một cách phù hợp. Do tính không minh bạch tiềm ẩn của nhiều giao dịch, người thụ hưởng có thể có nghĩa vụ phải thông báo cho Hội đồng Quản trị về giao dịch, và Hội đồng Quản trị phải công bố thông tin cho thị trường. Việc này không miễn trừ trách nhiệm tự giám sát của công ty, và đây cũng là một nhiệm vụ quan trọng của Hội đồng Quản trị.

Để việc công bố cung cấp nhiều thông tin hơn, nhiều quốc gia phân biệt giao dịch bên liên quan theo mức độ trọng yếu, điều khoản và điều kiện giao dịch. Việc thường xuyên công bố các giao dịch trọng yếu cũng được yêu cầu, trừ những giao dịch lặp lại thường xuyên theo "điều khoản thị trường", chỉ cần được công bố trong các báo cáo định kỳ. Để trở nên hiệu quả, các ngưỡng công bố có thể phải dựa chủ yếu trên các tiêu chí định lượng, nhưng không được phép tách nhỏ giao dịch với cùng một bên liên quan để tránh việc công bố thông tin.

IV.A.8. Các yếu tố rủi ro có thể tiên liệu.

Người sử dụng thông tin tài chính và các bên tham gia thị trường cần được thông tin về các rủi ro quan trọng có thể tiên liệu một cách hợp lý bao gồm: rủi ro cụ thể đối với ngành kinh doanh hoặc khu vực địa lý nơi công ty hoạt động; sự phụ thuộc vào hàng hóa và chuỗi cung ứng; rủi ro của thị trường tài chính bao gồm biến động lãi suất hoặc rủi ro tiền tệ; rủi ro liên quan đến chứng khoán phái sinh và giao dịch ngoại bảng; rủi ro đạo đức kinh doanh; rủi ro an toàn số; rủi ro tuân thủ; và rủi ro về bền vững, đặc biệt là rủi ro liên quan đến khí hậu.

Bộ Nguyên tắc yêu cầu công bố thông tin đầy đủ và toàn diện để giúp nhà đầu tư và người sử dụng khác có đầy đủ thông tin về các rủi ro trọng yếu của công ty mà có thể được tiên liệu một cách hợp lý. Việc công bố về rủi ro sẽ hiệu quả nhất khi việc này được thực hiện phù hợp với mỗi công ty và ngành kinh doanh cụ thể. Công bố thông tin về hệ thống giám sát và quản lý rủi ro ngày càng được coi là thông lệ tốt, bao gồm bản chất và hiệu quả của quy trình đánh giá sự phù hợp.

IV.A.9. Cơ cấu và chính sách quản trị, bao gồm mức độ tuân thủ với bộ quy tắc hoặc chính sách quản trị công ty và quy trình thực hiện.

Công ty cần công bố các thông lệ quản trị công ty và việc công bố này nên được quy định là một nội dung trong báo cáo định kỳ. Các công ty nên áp dụng bộ nguyên tắc quản trị công ty, hoặc được xác nhận bởi cơ quan quản lý hoặc cơ quan niêm yết với yêu cầu công bố bắt buộc trên cơ sở "tuân thủ hoặc giải trình" hoặc tương đương. Ở hầu hết các quốc gia, một báo cáo quốc gia đánh giá việc tuân thủ bộ quy tắc quản trị công ty của các công ty đại chúng được công bố như một thông lệ tốt nhằm hỗ trợ công bố thông tin và thực hiện hiệu quả các quy tắc "tuân thủ hoặc giải trình."

Công bố thông tin về cơ cấu và chính sách quản trị công ty, bao gồm, trong trường hợp các công ty mẹ không hoạt động, cơ cấu và chính sách quản trị của công ty con quan trọng, là cần thiết để đánh giá chất lượng quản trị của công ty và nên công bố cả thông tin về phân chia thẩm quyền giữa cổ đông, Ban Điều hành, và các thành viên Hội đồng Quản trị. Các công ty phải công bố rõ ràng vai trò và trách nhiệm khác nhau của TGĐ và/hoặc Chủ tịch Hội đồng Quản trị và, trong trường hợp một cá nhân đảm nhiệm cả hai vai trò này, phải công bố lý do phù hợp cho cách sắp xếp nhân sự này. Việc công bố điều lệ thành lập, điều lệ Hội đồng Quản trị, và trong trường hợp phù hợp, cơ cấu và điều lệ hoạt động của các ủy ban được coi là các thông lệ quản trị tốt.

Để bảo đảm minh bạch, quy trình đại hội cổ đông phải bảo đảm rằng phiếu biểu quyết phải được đếm và ghi nhận theo đúng quy trình, và kết quả phải được công bố kịp thời.

IV.A.10. Hợp đồng nợ, bao gồm cả rủi ro không tuân thủ điều khoản hợp đồng.

Trong hoàn cảnh bình thường, cổ đông và thành viên Hội đồng Quản trị kiểm soát các quyết định quan trọng của công ty. Tuy nhiên, một số điều khoản nhất định trong trái phiếu doanh nghiệp và các hợp đồng nợ khác có thể hạn chế đáng kể quyền quyết định của ban lãnh đạo và cổ đông, như các điều khoản hạn chế trả cổ tức, yêu cầu chấp thuận của chủ nợ về việc thoái vốn đối với các tài sản lớn, hoặc phạt bên nợ nếu đòn bẩy tài chính vượt quá ngưỡng xác định trước. Ngoài ra, trong tình huống có khó khăn về tài chính nhưng trước khi phá sản, các công ty có thể chọn đàm phán để từ bỏ việc tuân thủ một điều khoản, khi các chủ nợ hiện tại có thể yêu cầu thay đổi hoạt động kinh doanh. Do đó, việc công bố kịp thời những thông tin trọng yếu về hợp đồng nợ, bao gồm tác động của rủi ro trọng yếu liên quan đến vi phạm hợp đồng và xác suất xảy ra sự kiện vi phạm hợp đồng, theo các chuẩn mực hiện hành, là cần thiết để nhà đầu tư hiểu được rủi ro kinh doanh của công ty.

IV.B. Thông tin phải được chuẩn bị và công bố theo các chuẩn mực kế toán và công bố thông tin được quốc tế công nhận.

Việc áp dụng các chuẩn mực kế toán và công bố thông tin chất lượng cao sẽ góp phần cải thiện đáng kể năng lực của nhà đầu tư trong giám sát công ty thông qua việc cải thiện sự phù hợp, độ tin cậy, và khả năng so sánh của báo cáo, cũng như hiểu biết của nhà đầu tư về hiệu quả hoạt động và rủi ro của công ty. Phần lớn các quốc gia yêu cầu sử dụng các chuẩn mực báo cáo tài chính được quốc tế công nhận, có vai trò nâng cao tính minh bạch và khả năng so sánh của các báo cáo tài chính cũng như các thông tin tài chính khác giữa các quốc gia. Những tiêu chuẩn như vậy cần được xây dựng thông qua các quy trình mở, độc lập và công khai, có sự tham gia của cả khu vực tư nhân và các bên liên quan khác như nhà đầu tư, hiệp hội nghề nghiệp và chuyên gia độc lập. Các chuẩn mực trong nước chất lượng cao có thể được xây dựng bằng cách đồng bộ hóa với một trong những chuẩn mực kế toán được quốc tế công nhận.

IV.C. Kiểm toán độc lập hàng năm phải được thực hiện bởi một đơn vị kiểm toán độc lập, có đủ năng lực và trình độ theo chuẩn mực kiểm toán, đạo đức, và độc lập được quốc tế công nhận nhằm cung cấp bảo đảm hợp lý cho Hội đồng Quản trị và cổ đông về việc các báo cáo tài chính đã được chuẩn bị, ở tất cả các khía cạnh trọng yếu, theo đúng khung báo cáo tài chính hiện hành.

Kiểm toán độc lập cung cấp ý kiến về việc liệu báo cáo tài chính có trình bày trung thực, ở tất cả các khía cạnh trọng yếu, tình hình tài chính và kết quả hoạt động tài chính của công ty hay không. Báo cáo của kiểm toán độc lập cũng phải có xác nhận về việc báo cáo tài chính là trách nhiệm của Ban Điều hành của công ty. Ở một số quốc gia, kiểm toán độc lập cũng được yêu cầu báo cáo về quản trị công ty hoặc kiểm soát nội bộ của công ty đối với báo cáo tài chính.

Kiểm toán bên ngoài phải độc lập và tuân thủ quy tắc đạo đức và có trách nhiệm giải trình đối với cổ đông và phải thực hiện kiểm toán vì lợi ích chung. Ngoài ra, *Bộ Nguyên tắc Kiểm toán Độc lập và Vai trò của Quản trị Công ty trong Giám sát sự Độc lập của Kiểm toán* của IOSCO quy định rõ "các tiêu chuẩn về tính độc lập của công ty kiểm toán phải thiết lập một khuôn khổ các nguyên tắc, được hỗ trợ bởi một tập hợp các lệnh cấm, hạn chế, và chính sách và quy trình khác cùng với quy định về công bố thông tin, nhằm giải quyết ít nhất các rủi ro sau đối với tính độc lập: tư lợi, tự đánh giá, vận động hành lang, quan hệ thân mật và đe dọa". Việc giám sát rủi ro đối với tính độc lập phải là trách nhiệm của cả kiểm toán độc lập và công ty được kiểm toán, bao gồm ủy ban kiểm toán hoặc cơ quan tương đương.

Ủy ban kiểm toán hoặc cơ quan tương đương nên giám sát hoạt động kiểm toán nội bộ và cũng phải chịu trách nhiệm giám sát toàn bộ quan hệ với đơn vị kiểm toán độc lập bao gồm việc chỉ định, tái chỉ định, và thù lao cho kiểm toán độc lập, cũng như phê duyệt và giám sát bản chất của các dịch vụ phi kiểm toán do đơn vị này cung cấp cho công ty. Việc đơn vị kiểm toán độc lập cung cấp các dịch vụ phi kiểm toán cho công ty có thể làm tổn hại tính độc lập và có thể khiến công ty kiểm toán thực hiện kiểm toán công việc của chính mình. Để đối phó với những rủi ro tiềm ẩn này, một số quốc gia yêu cầu công bố thông tin về các khoản chi trả cho công ty kiểm toán độc lập cho các dịch vụ phi kiểm toán của công ty kiểm toán độc lập. Ví dụ về các quy định khác được thiết kế để thúc đẩy tính độc lập của kiểm toán độc lập bao gồm lệnh cấm hoặc hạn chế khắt khe đối với bản chất của công việc phi kiểm toán mà công ty kiểm toán thực hiện cho khách hàng kiểm toán của mình; trao đổi định kỳ với ủy ban kiểm toán để thảo luận về bản chất, thời gian, và phí của công việc phi kiểm toán (bao gồm việc phê duyệt công việc đó) cũng như các mối quan hệ có thể làm ảnh hưởng đến tính độc lập của công ty kiểm toán; luân chuyển bắt buộc đối với kiểm toán (chủ phần hùn hoặc trong một số trường hợp, công ty kiểm toán); nhiệm kỳ cố định của kiểm toán; kiểm toán chung; lệnh cấm tạm thời việc công ty được kiểm toán tuyển dụng người đã từng kiểm toán công ty mình; và cấm kiểm toán viên hoặc người có liên quan có một phần vốn hoặc giữ vai trò quản lý trong công ty họ kiểm toán. Một số quốc gia thực hiện biện pháp quản lý trực tiếp hơn và hạn chế tỷ lệ phần trăm thu nhập phi kiểm toán mà công ty kiểm toán nhận được từ một khách hàng nhất định hoặc hạn chế tổng tỷ lệ phần trăm thu nhập của công ty kiểm toán thu được từ một khách hàng.

Ngoài ra, hệ thống giám sát kiểm toán và quy định kiểm toán đóng vai trò quan trọng trong việc cải thiện sự độc lập của kiểm toán và chất lượng kiểm toán. Phù hợp với các Nguyên tắc Cốt lõi của Diễn đàn Quốc tế của các Cơ quan Kiểm toán Độc lập (IFIAR), việc chỉ định một cơ quan quản lý kiểm toán, độc lập với nghề này, và là đơn vị, ở mức tối thiểu, tiến hành thanh tra định kỳ các công ty kiểm toán thực hiện kiểm toán các đơn vị có lợi ích công chúng, góp phần bảo đảm kiểm toán chất lượng cao phục vụ lợi ích công chúng. Ngoài ra, các cơ quan quản lý cần có trong tay một loạt công cụ quản lý toàn diện và hiệu quả, bao gồm các biện pháp kỷ luật/xử phạt, quyền điều tra độc lập đối với các công ty kiểm toán thuộc phạm vi, và thẩm quyền thông báo các biện pháp kỷ luật/xử phạt tới công chúng để giải quyết mọi hành vi vi phạm nghĩa vụ chuyên môn hoặc nghĩa vụ theo luật định của kiểm toán độc lập một cách phù hợp.

Cuối cùng, có một vấn đề đã nảy sinh ở một số quốc gia liên quan tới nhu cầu cấp thiết phải bảo đảm năng lực kiểm toán. Quy trình đăng ký để các kiểm toán viên xác nhận trình độ năng lực của mình được coi là thông lệ tốt hoặc được yêu cầu ở một số quốc gia. Tuy nhiên việc này cần được hỗ trợ bởi việc đào tạo và giám sát liên tục đối với kinh nghiệm làm việc để bảo đảm trình độ năng lực chuyên môn và mức độ hoài nghi phù hợp.

IV.D. Các đơn vị kiểm toán độc lập phải chịu trách nhiệm giải trình đối với cổ đông và có trách nhiệm thực hiện công tác kiểm toán một cách chuyên nghiệp cẩn trọng đối với công ty vì lợi ích của công chúng.

Theo thông lệ tốt, đơn vị kiểm toán độc lập được đề cử bởi ủy ban kiểm toán độc lập thuộc Hội đồng Quản trị hoặc cơ quan tương đương, và được bầu, chỉ định, hoặc phê duyệt bởi ủy ban/cơ quan đó hoặc trực tiếp bởi đại hội cổ đông vì thông lệ này làm rõ việc đơn vị kiểm toán độc lập phải chịu trách nhiệm giải trình đối với cổ đông. Thông lệ này cũng nhấn mạnh rằng đơn vị kiểm toán độc lập có nhiệm vụ thực hiện công tác kiểm toán một cách chuyên nghiệp và cẩn trọng đối với công ty chứ không phải đối với bất kỳ một cá nhân hay nhóm cán bộ quản lý công ty mà họ quan hệ vì mục đích công việc. Tuy nhiên, thông lệ này không nên được coi là ngăn cản các cơ quan khác như ủy ban kiểm toán thực hiện việc chỉ định như vậy. Để cải thiện trách nhiệm giải trình với cổ đông, cổ đông cần có khả năng trao đổi trực tiếp với ủy ban kiểm toán hoặc cơ quan tương đương về việc giám sát kiểm toán độc lập, ví dụ như bằng cách công bố thông tin, bao gồm thông tin về phương pháp luận đánh giá hoạt động của kiểm toán hoặc bằng sự tham gia của ủy ban kiểm toán hoặc kiểm toán độc lập trong các đại hội cổ đông.

IV.E. Các kênh phổ biến thông tin phải tạo điều kiện cho người sử dụng tiếp cận thông tin liên quan theo cách bình đẳng, kịp thời, và hiệu quả.

Các kênh phổ biến thông tin cũng quan trọng như nội dung thông tin. Trong khi việc công bố thông tin thường do pháp luật quy định thì lưu trữ và tiếp cận thông tin lại phức tạp và tốn kém. Lưu trữ báo cáo theo quy định của pháp luật đã được nhiều quốc gia cải tiến bằng các hệ thống lưu trữ và lấy số liệu điện tử. Các quốc gia nên chuyển sang giai đoạn tiếp theo bằng cách tích hợp các nguồn thông tin khác nhau của công ty, bao gồm cả thông tin cổ đông. Trang web của công ty có thể tiếp cận dễ và thân thiện với người sử dụng cũng tạo điều kiện phổ biến thông tin dễ dàng hơn, và hiện nay một số quốc gia yêu cầu các công ty có trang web để cung cấp thông tin quan trọng và có liên quan về bản thân công ty.

Nên có điều khoản công bố thông tin liên tục bao gồm công bố thông tin định kỳ và công bố thông tin liên tục/bất thường khi xảy ra các trường hợp đặc biệt. Đối với việc công bố thông tin liên tục/bất thường, quy định công bố "ngay" các diễn biến quan trọng là thông lệ tốt, dù điều này có nghĩa là "càng sớm càng tốt" hay được định nghĩa là trong vòng tối đa một vài ngày theo luật định. *Bộ Nguyên tắc Công bố Thông tin Định kỳ của các Công ty Niêm yết của IOSCO* quy định các nguyên tắc về công bố thông tin định kỳ cho các công ty niêm yết hoặc được chấp thuận giao dịch trên một thị trường có nhà đầu tư cá nhân tham gia. *Bộ Nguyên tắc Công bố Thông tin Thường xuyên và Báo cáo các Diễn biến Quan trọng của các Công ty Niêm yết của IOSCO* đề ra các nguyên tắc cơ bản về công bố thông tin thường xuyên và báo cáo các diễn biến quan trọng đối với các công ty niêm yết.

V. Trách nhiệm của Hội đồng Quản trị

Khuôn khổ quản trị công ty cần bảo đảm định hướng chiến lược của công ty, giám sát có hiệu quả công tác quản lý điều hành của Hội đồng Quản trị, và trách nhiệm giải trình của Hội đồng Quản trị đối với công ty và cổ đông.

Cơ cấu và quy trình hoạt động của Hội đồng Quản trị khác nhau trong từng quốc gia và giữa các quốc gia. Một số quốc gia có Hội đồng Quản trị theo mô hình hai cấp tách chức năng giám sát và chức năng điều hành thành hai cơ quan riêng biệt. Hệ thống như vậy thường có "Ban Kiểm soát" bao gồm các thành viên Hội đồng Quản trị không điều hành, thường bao gồm đại diện của người lao động, và "Ban Điều hành" bao gồm toàn bộ các thành viên hội đồng quản trị điều hành. Các quốc gia khác có Hội đồng Quản trị một cấp "đơn nhất", Hội đồng Quản trị bao gồm cả thành viên hội đồng quản trị điều hành và không điều hành. Ở một số quốc gia còn có một cơ quan riêng được thành lập cho mục đích kiểm toán theo luật định. *Bộ Nguyên tắc* này có thể áp dụng cho bất kỳ mô hình Hội đồng Quản trị nào có chức năng quản trị và giám sát việc quản lý công ty.

Cùng với chiến lược mang tính định hướng của công ty, Hội đồng Quản trị chủ yếu chịu trách nhiệm giám sát kết quả công tác quản lý điều hành và đem lại lợi nhuận thỏa đáng cho cổ đông, đồng thời ngăn ngừa xung đột lợi ích và cân bằng các nhu cầu có tính cạnh tranh của công ty. Để Hội đồng Quản trị có thể thực thi hiệu quả trách nhiệm của mình, Hội đồng Quản trị phải có năng lực thực hiện phân tích, đánh giá khách quan và độc lập. Một trách nhiệm quan trọng khác của Hội đồng Quản trị là giám sát hệ thống quản lý rủi ro và các cơ chế được xây dựng để bảo đảm công ty tuân thủ các quy định liên quan, bao gồm quy định về thuế, cạnh tranh, lao động, nhân quyền, môi trường, cơ hội công bằng, an ninh số, bảo mật dữ liệu và bảo vệ dữ liệu cá nhân, và sức khỏe và an toàn lao động. Ở một số quốc gia, các công ty nhận thấy việc phân định rõ ràng trách nhiệm của Hội đồng Quản trị và Ban Điều hành là rất hữu ích.

Hội đồng Quản trị không chỉ chịu trách nhiệm đối với công ty và cổ đông mà còn có nhiệm vụ hành động vì lợi ích cao nhất của cổ đông. Ngoài ra, Hội đồng Quản trị phải quan tâm tới và giải quyết công bằng lợi ích của các bên có quyền lợi liên quan bao gồm lực lượng lao động, chủ nợ, khách hàng, nhà cung cấp và cộng đồng bị ảnh hưởng.

V.A. Thành viên Hội đồng Quản trị phải hành động trên cơ sở có đầy đủ thông tin, với thiện ý, siêng năng và cẩn trọng, và vì lợi ích cao nhất của công ty và cổ đông, có tính đến lợi ích của các bên có quyền lợi liên quan.

Nguyên tắc này nêu rõ hai yếu tố chính trong trách nhiệm ủy thác của thành viên Hội đồng Quản trị, bao gồm: trách nhiệm cẩn trọng và trách nhiệm trung thành. Trách nhiệm cẩn trọng yêu cầu thành viên Hội đồng Quản trị hoạt động với thông tin đầy đủ, tin cậy, mẫn cán và cẩn trọng. Một số quốc gia có chuẩn mực tham khảo cho hành vi mà một người cẩn trọng thực hiện trong các tình huống tương tự. Thông lệ tốt là hành động trên cơ sở đầy đủ thông tin, có nghĩa là các thành viên Hội đồng Quản trị phải hài lòng rằng các hệ thống thông tin và tuân thủ quan trọng của công ty về cơ bản là hợp lý và củng cố vai trò giám sát chủ chốt của Hội đồng Quản trị như đã đề cập trong Bộ Nguyên tắc này. Ở nhiều quốc gia, điều này được coi là một yếu tố của trách nhiệm cẩn trọng, trong khi ở các quốc gia khác việc này được yêu cầu thực hiện theo quy định của luật pháp về chứng khoán, chuẩn mực kế toán, v.v...

Trách nhiệm trung thành có vai trò then chốt, vì trách nhiệm này củng cố việc thực hiện có hiệu quả các nguyên tắc khác, ví dụ như các nguyên tắc liên quan đến đối xử bình đẳng với mọi cổ đông, giám sát giao dịch bên liên quan, và xây dựng chính sách thù lao phù hợp cho cán bộ điều hành chủ chốt, và thành viên Hội đồng Quản trị. Đây cũng là một nguyên tắc chủ chốt đối với thành viên Hội đồng Quản trị đang làm việc trong cơ cấu của một tập đoàn: mặc dù một công ty có thể đặt dưới sự kiểm soát của một công ty khác, trách nhiệm trung thành của thành viên Hội đồng Quản trị chỉ liên quan tới công ty đó và tất cả cổ đông của công ty mà không liên quan tới công ty kiểm soát tập đoàn.

Ngoài các vấn đề khác, thành viên Hội đồng Quản trị phải tính đến lợi ích của các bên liên quan khi đưa ra quyết định kinh doanh vì lợi ích và thành công lâu dài của công ty cũng như vì lợi ích của các cổ đông. Điều này có thể giúp các công ty trong những việc như thu hút, giữ chân và phát triển nhân viên làm việc hiệu quả hơn, được cộng đồng nơi họ hoạt động hỗ trợ, và có nhiều khách hàng trung thành hơn, từ đó tạo ra giá trị cho các cổ đông.

V.A.1. Các thành viên Hội đồng Quản trị cần được bảo vệ khỏi kiện tụng nếu một quyết định được đưa ra một cách thiện chí và mẫn cán.

Việc bảo vệ các thành viên Hội đồng Quản trị và Ban Điều hành trước kiện tụng, nếu họ ra quyết định kinh doanh một cách mẫn cán, cẩn trọng về quy trình, trên cơ sở có đủ thông tin hợp lệ, và không có bất kỳ xung đột lợi ích nào, sẽ giúp họ chịu được rủi ro của một quyết định được kỳ vọng sẽ mang lại lợi ích tốt hơn cho công ty, nhưng cuối cùng có thể không thành công. Theo những điều kiện này, cơ chế an toàn như vậy sẽ được áp dụng ngay cả khi có những chi phí ngắn hạn rõ ràng và những tác động tiêu cực dài hạn không chắc chắn đối với công ty, với điều kiện các nhà quản lý đánh giá một cách chi tiết liệu quyết định đó có thể được kỳ vọng hợp lý để đóng góp cho phát triển và kết quả hoạt động lâu dài của công ty hay không.

V.B. Khi quyết định của Hội đồng Quản trị có thể ảnh hưởng tới các nhóm cổ đông khác nhau theo cách thức khác nhau, Hội đồng Quản trị phải đối xử bình đẳng với mọi cổ đông.

Khi thực hiện trách nhiệm, Hội đồng Quản trị không được tự coi là, hoặc hành động với tư cách là tập hợp của các cá nhân đại diện cho các nhóm cổ đông khác nhau. Có thể trên thực tế một số thành viên Hội đồng Quản trị cụ thể được một số cổ đông nào đó đề cử hoặc bầu ra (và đôi khi bị cổ đông khác phản đối), điều quan trọng là thành viên Hội đồng Quản trị phải thực hiện trách nhiệm của mình một cách công bằng đối với tất cả các cổ đông. Điều này đặc biệt quan trọng trong trường hợp công ty có cổ đông nắm quyền kiểm soát mà trên thực tế có thể bầu chọn đa số hoặc tất cả thành viên Hội đồng Quản trị.

V.C. Hội đồng Quản trị phải áp dụng các tiêu chuẩn đạo đức cao.

Hội đồng Quản trị có vai trò then chốt trong việc thiết lập chuẩn mực đạo đức của công ty, không chỉ thông qua hành động của mình mà còn thông qua việc bổ nhiệm và giám sát các cán bộ điều hành chủ chốt và Ban Điều hành công ty nói chung. Các chuẩn mực đạo đức cao đem lại lợi ích dài hạn cho công ty, là phương tiện để giúp nâng cao uy tín và độ tin cậy của công ty, không chỉ trong hoạt động hàng ngày mà còn liên quan tới tương lai lâu dài của công ty. Để giúp các mục tiêu của Hội đồng Quản trị được rõ ràng và khả thi, nhiều công ty đã xây dựng bộ quy tắc đạo đức dựa trên, ngoài những nội dung khác, các tiêu chuẩn nghề nghiệp, và đôi khi phát triển rộng hơn thành bộ quy tắc ứng xử, và truyền thông trên toàn tổ chức. Bộ quy tắc ứng xử có thể bao gồm cam kết của công ty (gồm cả các công ty con) tuân thủ *Hướng dẫn của OECD dành cho Doanh nghiệp Đa quốc gia* gắn với chuẩn mực mẫn cán. Tương tự như vậy, các quốc gia hiện nay ngày càng gia tăng việc yêu cầu Hội đồng Quản trị giám sát các chiến lược vận động hành lang, tài chính, và kế hoạch thuế, nhờ đó cung cấp cho cơ quan có thẩm quyền thông tin kịp thời và có mục tiêu và không khuyến khích các thông lệ, như theo đuổi các kế hoạch lợi dụng lỗ hổng của hệ thống thuế, là những hành vi không đóng góp cho lợi ích lâu dài của công ty và cổ đông, và có thể gây rủi ro pháp lý và rủi ro danh tiếng.

Các quy tắc áp dụng rộng rãi trong công ty giữ vai trò chuẩn mực đạo đức cho cả Hội đồng Quản trị và các cán bộ điều hành chủ chốt, tạo khuôn khổ cho việc đánh giá, xử lý các vấn đề liên quan đến các nhóm cổ đông khác nhau và có xung đột lợi ích. Tối thiểu, bộ quy tắc đạo đức phải định ra giới hạn rõ ràng đối với việc mưu cầu lợi ích cá nhân, bao gồm việc mua bán cổ phần công ty. Một khuôn khổ đạo đức toàn diện sẽ vượt ra ngoài việc tuân thủ pháp luật và điều này phải luôn được coi là một yêu cầu cơ bản.

V.D. Hội đồng Quản trị phải thực hiện các chức năng chủ yếu bao gồm:

V.D.1. Xem xét và định hướng chiến lược công ty, các kế hoạch hoạt động cơ bản, ngân sách và kế hoạch kinh doanh hàng năm; đặt ra các mục tiêu hoạt động; theo dõi việc thực hiện mục tiêu và hoạt động của công ty; giám sát các hoạt động đầu tư vốn, thâu tóm và thoái vốn chủ yếu.

Hội đồng Quản trị có nhiệm vụ thiết lập chiến lược tổng thể của công ty; quyết định các chính sách của công ty; đánh giá và chỉ đạo thực hiện; và giám sát hoạt động tài chính của công ty. Hội đồng Quản trị ra các quyết định quan trọng trong vai trò bên được ủy thác thay mặt cho công ty và cổ đông của công ty. Cấu trúc và quy trình thực hiện những chức năng này có thể khác nhau giữa các công ty, ví dụ như về quy mô và ngành nghề hoặc phân bổ trách nhiệm giữa Ban Kiểm soát và Ban Điều hành trong hệ thống Hội đồng Quản trị hai cấp. Để bảo đảm sự minh bạch về nhiệm vụ của Hội đồng Quản trị, một số quốc gia khuyến nghị đưa những nội dung này vào điều lệ Hội đồng Quản trị, điều lệ công ty, hoặc quy định của công ty.

V.D.2. Rà soát và đánh giá các chính sách và quy trình quản lý rủi ro.

Việc thiết lập khẩu vị rủi ro và văn hóa của công ty, và giám sát công tác quản lý rủi ro, bao gồm kiểm soát nội bộ, là nhiệm vụ quan trọng đặc biệt của Hội đồng Quản trị và có gắn bó chặt chẽ với chiến lược của công ty. Việc này bao gồm giám sát trách nhiệm giải trình và trách nhiệm quản lý rủi ro, xác định loại và mức độ rủi ro mà một công ty sẵn sàng chấp nhận để đạt được mục tiêu của mình, và cách thức công ty đó sẽ quản lý rủi ro mà công ty tạo ra thông qua hoạt động và mối quan hệ của mình. Do đó, giám sát của Hội đồng Quản trị cung cấp hướng dẫn quan trọng cho Ban Điều hành trong xử lý rủi ro nhằm đáp ứng hồ sơ rủi ro mong muốn của công ty.

Khi thực hiện những chức năng quan trọng này, Hội đồng Quản trị phải bảo đảm xem xét các vấn đề bền vững trọng yếu. Nhằm tăng cường năng lực chống chịu, Hội đồng Quản trị cũng phải bảo đảm sự sẵn có của các quy trình phù hợp trong khung quản lý rủi ro để xử lý các rủi ro bên ngoài đáng kể liên quan đến công ty, như khủng hoảng về y tế, gián đoạn chuỗi cung ứng, và căng thẳng địa chính trị. Những khung này cần có khả năng hoạt động trước (vì các công ty nên tăng cường năng lực chống chịu trong trường hợp khủng hoảng) và sau (vì các công ty có thể thiết lập quy trình quản lý khủng hoảng khi bắt đầu một sự kiện tiêu cực bất ngờ).

Điều quan trọng đáng chú ý là việc quản lý rủi ro an ninh số, là rủi ro động và có thể thay đổi nhanh chóng. Ngoài các vấn đề khác, rủi ro có thể liên quan đến bảo mật dữ liệu và quyền riêng tư, xử lý các giải pháp đám mây, phương pháp xác thực, và các biện pháp bảo vệ an ninh cho người lao động từ xa làm việc trên các mạng bên ngoài. Cũng như các rủi ro khác, những rủi ro này cần được tích hợp rộng rãi hơn trong khung quản lý rủi ro tổng thể mang tính chu kỳ của công ty.

Một vấn đề quan trọng khác là xây dựng chính sách quản lý rủi ro về thuế. Các chiến lược và hệ thống quản lý rủi ro toàn diện được Hội đồng Quản trị áp dụng phải bao gồm các rủi ro về quản lý thuế và tuân thủ thuế, nhằm bảo đảm rằng các rủi ro về tài chính, quy định, và danh tiếng liên quan đến thuế được xác định và đánh giá đầy đủ.

Để hỗ trợ HĐQT trong việc giám sát quản lý rủi ro, một số công ty đã thành lập ủy ban quản lý rủi ro và/hoặc mở rộng vai trò của ủy ban kiểm toán, tuân thủ các quy định pháp luật hoặc khuyến nghị về quản lý rủi ro và biến đổi của bản chất rủi ro. Các tiêu chuẩn thẩm định của OECD về ứng xử kinh doanh có trách nhiệm cũng được thiết kế để giúp các công ty nhận dạng và ứng phó với rủi ro và tác động về môi trường và xã hội bắt nguồn từ hoạt động và chuỗi cung ứng của công ty.

V.D.3. Giám sát hiệu quả của hoạt động quản trị công ty và thực hiện các thay đổi khi cần thiết.

Việc Hội đồng Quản trị giám sát quản trị công ty bao gồm việc đánh giá liên tục cơ cấu nội bộ của công ty để bảo đảm phân định phạm vi trách nhiệm giải trình rõ ràng cho công tác quản lý trong toàn công ty. Việc giám sát như vậy cũng nên bao gồm việc liệu khuôn khổ quản trị của công ty có còn phù hợp trong bối cảnh có những thay đổi quan trọng về quy mô, mức độ phức tạp, chiến lược kinh doanh, thị trường, và các yêu cầu theo quy định pháp luật của công ty hay không. Ngoài yêu cầu giám sát và công bố các thông lệ quản trị công ty thường xuyên, tối thiểu ở dạng tóm tắt, nhiều quốc gia đã tiến tới khuyến nghị hay trên thực tế giao nhiệm vụ cho Hội đồng Quản trị đánh giá hiệu quả của Hội đồng Quản trị, hiệu quả của các ủy ban thuộc Hội đồng Quản trị, từng thành viên Hội đồng Quản trị, Chủ tịch Hội đồng Quản trị, và Tổng Giám đốc.

V.D.4. Lựa chọn, giám sát, và theo dõi hiệu quả hoạt động của cán bộ điều hành chủ chốt, và khi cần thiết, thay thế và giám sát quy hoạch kế nhiệm.

Hội đồng Quản trị cần giám sát hoạt động của các cán bộ điều hành chủ chốt và giám sát xem hành động của họ có phù hợp với chiến lược và chính sách đã được Hội đồng Quản trị phê duyệt hay không. Hội đồng Quản trị nên bầu chọn Tổng Giám đốc và chọn các cán bộ điều hành chủ chốt khác. Khi thực hiện chức năng cơ bản này, Hội đồng Quản trị có thể được hỗ trợ bởi một ủy ban đề cử có thể được giao nhiệm vụ xác định hồ sơ của Tổng Giám đốc và các thành viên Hội đồng Quản trị, và đưa ra khuyến nghị cho Hội đồng Quản trị về việc bổ nhiệm. Nhiều quốc gia yêu cầu hoặc khuyến nghị tất cả hoặc đa số thành viên của ủy ban đề cử phải là thành viên Hội đồng Quản trị độc lập. Ủy ban đề cử cũng có thể giúp hướng dẫn quản lý nhân tài và rà soát các chính sách liên quan đến việc lựa chọn cán bộ điều hành chủ chốt. Trong hầu hết các hệ thống Hội đồng Quản trị hai cấp, Ban Kiểm soát chịu trách nhiệm bổ nhiệm Ban Điều hành, thường bao gồm hầu hết cán bộ điều hành chủ chốt. Hội đồng Quản trị cũng phải chịu trách nhiệm quy hoạch kế nhiệm cho vị trí Tổng Giám đốc và cũng có thể chịu trách nhiệm về các vị trí cán bộ điều hành chủ chốt khác, nhằm bảo đảm hoạt động kinh doanh liên tục. Mặc dù bao gồm các cơ chế dự phòng, quy hoạch kế nhiệm cũng có thể là một công cụ chiến lược dài hạn để hỗ trợ phát triển và đa dạng nhân tài.

V.D.5. Gắn mức thù lao của cán bộ điều hành chủ chốt và Hội đồng Quản trị với lợi ích lâu dài của công ty và cổ đông.

Việc Hội đồng Quản trị xây dựng và công bố chính sách thù lao cho thành viên Hội đồng Quản trị và cán bộ điều hành chủ chốt, cũng như việc công bố mức thù lao của họ quy định theo chính sách này, được coi là thông lệ tốt. Việc công bố chính sách như vậy có thể quy định, đặc biệt liên quan đến cán bộ điều hành chủ chốt, mối quan hệ giữa mức thù lao và hiệu quả công việc với các tiêu chí kết quả được quy định từ trước, và đưa ra các tiêu chuẩn có thể đo lường được, nhấn mạnh lợi ích dài hạn của công ty và cổ đông hơn là những cân nhắc ngắn hạn. Những tiêu chuẩn có thể đo lường được như vậy cùng với những tiêu chuẩn khác có thể liên quan đến tổng lợi nhuận của cổ đông cũng như các mục tiêu và thước đo phù hợp về bền vững. Công bố chính sách thù lao nói chung thường đặt ra các điều kiện chi trả cho thành viên Hội đồng Quản trị cho những hoạt động ngoài công việc của Hội đồng Quản trị, như hoạt động tư vấn. Bản công bố cũng thường xác định các điều khoản về nắm giữ và mua bán cổ phiếu của công ty mà thành viên Hội đồng Quản trị và cán bộ điều hành chủ chốt phải tuân thủ, và thủ tục cần thực hiện trong việc thưởng hay định giá lại quyền chọn. Ở một số quốc gia, công bố thông tin về thù lao đề cập đến hướng dẫn về các khoản thanh toán phải trả khi thuê và/hoặc chấm dứt hợp đồng với một cán bộ điều hành. Hội đồng Quản trị cũng có thể giám sát việc thực hiện công bố chính sách về thù lao.

Nhiều quốc gia khuyến nghị hoặc quy định chính sách thù lao và hợp đồng với thành viên Hội đồng Quản trị và các cán bộ điều hành chủ chốt được quản lý bởi một ủy ban đặc biệt của Hội đồng Quản trị bao gồm toàn bộ hoặc đa số các thành viên độc lập và không bao gồm cán bộ điều hành hoạt động trong ủy ban lương thưởng của nhau, vì việc này có thể dẫn tới xung đột lợi ích. Việc áp dụng các quy định về thu hồi lương thưởng được coi là thông lệ tốt. Những quy định này cho phép công ty có quyền giữ lại và thu hồi thù lao của cán bộ điều hành chủ chốt trong những trường hợp gian lận và các tình huống khác, như khi công ty bị yêu cầu phải điều chỉnh lại báo cáo tài chính do không tuân thủ các yêu cầu mang tính trọng yếu về báo cáo tài chính.

Việc thiết kế các chính sách thù lao và hợp đồng cho các thành viên Hội đồng Quản trị và cán bộ điều hành chủ chốt có ý nghĩa rất quan trọng nhằm đưa ra các chính sách khuyến khích phù hợp với chiến lược kinh doanh, khuôn khổ quản trị công ty, và quản lý rủi ro của công ty. Tuy nhiên, những chính sách này có thể không đáp ứng mục tiêu nếu các chính sách được điều chỉnh thường xuyên khi không có thay đổi đáng kể về chiến lược kinh doanh hoặc chuyển đổi cơ cấu trong bối cảnh hoạt động của công ty. Cụ thể, xác suất xảy ra suy thoái kinh tế đáng kể là một yếu tố mà các công ty nên cân nhắc một cách hợp lý khi thiết kế chính sách thù lao và có thể không nhất thiết giải thích cho việc điều chỉnh các chính sách này.

V.D.6. Bảo đảm có quy trình đề cử và bầu chọn Hội đồng Quản trị chính thức và minh bạch.

Bộ Nguyên tắc này tăng cường vai trò tích cực của cổ đông trong đề cử và bầu chọn thành viên Hội đồng Quản trị. Hội đồng Quản trị, với hỗ trợ của ủy ban đề cử nếu được thành lập, có vai trò then chốt trong việc bảo đảm quy trình đề cử và bầu chọn Hội đồng Quản trị được tuân thủ. Trước tiên, mặc dù quy trình đề cử có thể khác nhau ở các quốc gia, Hội đồng Quản trị có trách nhiệm bảo đảm các quy trình đã thiết lập có tính minh bạch và được tuân thủ. Thứ hai, Hội đồng Quản trị có vai trò chính trong việc xác định yêu cầu chung hoặc riêng về năng lực của các thành viên Hội đồng Quản trị mà công ty có thể cần tới tại bất kỳ thời điểm nào, trên cơ sở cân nhắc kiến thức, năng lực và chuyên môn phù hợp để bổ sung cho các kỹ năng hiện có của Hội đồng Quản trị. Thứ ba, Hội đồng Quản trị hoặc ủy ban đề cử có trách nhiệm xác định ứng cử viên tiềm năng có thể đáp ứng được những yêu cầu mong muốn và đề xuất với cổ đông, và/hoặc xem xét những ứng cử viên theo đề xuất của những cổ đông có quyền đề cử. Sự tham gia và đối thoại của Hội đồng Quản trị với cổ đông có thể hỗ trợ việc thực hiện hiệu quả những quy trình này, với điều kiện là Hội đồng Quản trị bảo đảm sự minh bạch, đối xử bình đẳng, và không công bố thông tin nội bộ cũng như thông tin nhạy cảm trong kinh doanh. Việc thực hiện các quy trình tìm kiếm mở mở rộng đến nhiều nền tảng khác nhau được coi là thông lệ tốt để đáp ứng các mục tiêu đa dạng và rủi ro ngày càng tăng đối với công ty.

V.D.7. Giám sát và xử lý các xung đột lợi ích tiềm ẩn của Ban Điều hành, Hội đồng Quản trị và cổ đông, bao gồm việc sử dụng tài sản công ty sai mục đích và lợi dụng các giao dịch bên liên quan.

Hội đồng Quản trị nên giám sát việc thực hiện và vận hành các chính sách để xác định các xung đột lợi ích tiềm ẩn. Nếu không thể ngăn chặn được những xung đột này thì cần quản lý phù hợp. Hội đồng Quản trị có một chức năng quan trọng là giám sát hệ thống kiểm soát nội bộ bao gồm báo cáo tài chính và việc sử dụng tài sản công ty và chống lại việc lạm dụng giao dịch bên liên quan. Chức năng này thường được giao cho kiểm toán nội bộ, là bộ phận báo cáo trực tiếp cho Hội đồng Quản trị. Khi các lãnh đạo khác trong công ty, như luật sư của công ty, chịu trách nhiệm, họ cũng có trách nhiệm báo cáo cho Hội đồng Quản trị tương tự như kiểm toán nội bộ.

Để thực hiện trách nhiệm giám sát, Hội đồng Quản trị cần giám sát chính sách tố giác của công ty nhằm bảo đảm sự toàn vẹn, độc lập, và bảo mật của quy trình tố giác, và khuyến khích việc tố giác các hành vi phi đạo đức/bất hợp pháp mà không sợ bị trừng phạt. Bộ quy tắc đạo đức công khai của công ty cần hỗ trợ quy trình này và người tố giác cần được bảo vệ bởi pháp luật, ủy ban kiểm toán, hoặc ủy ban đạo đức hoặc một bộ phận tương tự nên cung cấp một đầu mối liên lạc cho người lao động muốn báo cáo bí mật về những hành vi phi đạo đức hay bất hợp pháp có thể làm tổn hại tính trung thực của các báo cáo tài chính.

V.D.8. Bảo đảm tính trung thực của hệ thống báo cáo và kế toán của công ty để công bố, bao gồm báo cáo kiểm toán độc lập, và bảo đảm có các hệ thống kiểm soát phù hợp, tuân thủ luật pháp và các tiêu chuẩn liên quan.

Hội đồng Quản trị phải chứng tỏ vai trò lãnh đạo để bảo đảm có phương tiện giám sát rủi ro hiệu quả. Việc bảo đảm sự toàn vẹn của hệ thống báo cáo và giám sát sẽ buộc Hội đồng Quản trị phải thiết lập và thực thi đầy đủ việc phân chia và thực hiện trách nhiệm và trách nhiệm giải trình rõ ràng trong công ty. Hội đồng Quản trị cũng cần bảo đảm có giám sát phù hợp từ lãnh đạo cấp cao trong công ty.

Thông thường, việc này bao gồm việc thiết lập chức năng kiểm toán nội bộ. Chức năng này có thể đóng vai trò quan trọng trong việc cung cấp hỗ trợ liên tục cho ủy ban kiểm toán của Hội đồng Quản trị hoặc cơ quan tương đương trong giám sát toàn diện các biện pháp kiểm soát nội bộ và hoạt động của công ty. Vai trò và chức năng của kiểm toán nội bộ khác nhau giữa các quốc gia, nhưng có thể bao gồm đánh giá về quản trị, quản lý rủi ro, và các quy trình kiểm soát nội bộ. Theo thông lệ tốt, việc này bao gồm việc thiết lập một hệ thống kiểm toán nội bộ trực tiếp báo cáo lên Hội đồng Quản trị hoặc cơ quan tương đương, cũng là cơ quan chịu trách nhiệm quản lý mối quan hệ với đơn vị kiểm toán độc lập, qua đó cho phép Hội đồng Quản trị đưa ra câu trả lời tổng hợp. Cả chức năng kiểm toán nội bộ và độc lập đều phải được quy định rõ ràng để Hội đồng Quản trị có thể tối đa hóa chất lượng bảo đảm mà họ nhận được. Việc ủy ban này hay cơ quan tương đương xem xét và báo cáo lên Hội đồng Quản trị những chính sách quan trọng nhất làm cơ sở cho báo cáo tài chính và báo cáo khác của công ty cũng cần được coi là thông lệ tốt. Tuy nhiên, Hội đồng Quản trị phải có trách nhiệm cuối cùng trong việc giám sát hệ thống quản lý rủi ro của công ty và bảo đảm tính toàn vẹn của hệ thống báo cáo. Một số quốc gia quy định Chủ tịch Hội đồng Quản trị phải báo cáo về quy trình kiểm soát nội bộ. Các công ty có rủi ro lớn hoặc phức tạp (tài chính và phi tài chính), bao gồm các nhóm công ty, nên cân nhắc áp dụng những hệ thống báo cáo tương tự, bao gồm việc báo cáo trực tiếp lên Hội đồng Quản trị, liên quan đến quản lý rủi ro và giám sát các chốt kiểm soát trên toàn tập đoàn.

Các công ty cũng cần thiết lập và bảo đảm hiệu quả của các chốt kiểm soát nội bộ, các chương trình hoặc biện pháp về đạo đức và tuân thủ để tuân thủ luật pháp, quy định và chuẩn mực hiện hành, bao gồm các đạo luật hình sự hóa hành vi hối lộ công chức nước ngoài, theo yêu cầu tại *Công ước Chống hối lộ của OECD*, và các hình thức hối lộ và tham nhũng khác. Ngoài ra, cũng cần phải tuân thủ luật pháp và quy định khác như luật pháp về chứng khoán, thuế, cạnh tranh, và điều kiện làm việc và an toàn lao động. Những luật khác có thể áp dụng bao gồm luật nhân quyền, môi trường, gian lận, và phòng chống rửa tiền. Các chương trình tuân thủ như vậy cũng sẽ củng cố bộ quy tắc đạo đức của công ty. Để trở nên hiệu quả, cơ chế khuyến khích của công ty phải phù hợp với các chuẩn mực đạo đức và nghề nghiệp sao cho việc tuân thủ các giá trị này được khen thưởng và hành vi vi phạm cần bị ngăn chặn và xử phạt. Các chương trình tuân thủ cũng phải áp dụng cho các công ty con và trong chừng mực có thể cho các bên thứ ba, như đại lý và các trung gian khác, tư vấn, đại diện, nhà phân phối, nhà thầu và nhà cung cấp, liên minh, và đối tác liên doanh.

V.D.9. Giám sát quy trình công bố thông tin và phổ biến thông tin.

Chức năng và nhiệm vụ của Hội đồng Quản trị và Ban Điều hành đối với việc công bố và phổ biến thông tin cần được Hội đồng Quản trị quy định rõ ràng. Ở một số quốc gia, việc bổ nhiệm một cán bộ chịu trách nhiệm quan hệ nhà đầu tư báo cáo trực tiếp lên Hội đồng Quản trị được coi là thông lệ tốt đối với các công ty đại chúng.

V.E. Hội đồng Quản trị phải có khả năng ra phán quyết độc lập, khách quan về các vấn đề của công ty.

Để thực hiện nhiệm vụ giám sát hiệu quả quản lý, ngăn ngừa xung đột lợi ích và tăng cường năng lực cạnh tranh của công ty, Hội đồng Quản trị phải có khả năng đưa ra nhận định khách quan. Ban đầu, việc này có nghĩa là độc lập và khách quan với Ban Điều hành, về thành phần và cơ cấu của Hội đồng Quản trị. Tính độc lập của Hội đồng Quản trị trong các trường hợp này thường yêu cầu một số lượng đủ thành viên Hội đồng Quản trị, cũng như các thành viên của các ủy ban chính, phải độc lập với Ban Điều hành.

Ở một số quốc gia có hệ thống Hội đồng Quản trị một cấp, tính khách quan của Hội đồng Quản trị và tính độc lập với Ban Điều hành có thể được tăng cường bằng việc tách rời vai trò của Tổng Giám đốc và Chủ tịch Hội đồng Quản trị. Việc tách rời hai chức danh này có thể coi là thông lệ tốt vì giúp cân bằng quyền lực, nâng cao trách nhiệm giải trình và năng lực ra quyết định độc lập của Hội đồng Quản trị với Ban Điều hành. Việc chỉ định một thành viên Hội đồng Quản trị đứng đầu là người độc lập với Ban Điều hành cũng được coi là thông lệ tốt nếu vị trí đó được xác định có đủ thẩm quyền lãnh đạo Hội đồng Quản trị trong trường hợp Ban Điều hành có xung đột rõ ràng. Những cơ chế như vậy góp phần bảo đảm quản trị công ty chất lượng cao và thực hiện có hiệu quả chức năng của Hội đồng Quản trị. Ở một số quốc gia, chủ tịch hoặc thành viên Hội đồng Quản trị độc lập đứng đầu có thể được một thư ký công ty trợ giúp.

Trong trường hợp hệ thống Hội đồng Quản trị hai cấp, sự vắng mặt của thành viên hội đồng quản trị điều hành trong Ban Kiểm soát sẽ tăng cường sự độc lập với Ban Điều hành. Ở những hệ thống như vậy, cũng cần xem xét xem có nảy sinh các vấn đề về quản trị công ty hay không nếu có truyền thống chủ tịch của hội đồng cấp thấp hơn trở thành trưởng ban kiểm soát khi về hưu.

Việc tăng cường tính khách quan của Hội đồng Quản trị cũng phụ thuộc vào cơ cấu sở hữu của công ty. Một cổ đông nắm quyền kiểm soát có thẩm quyền đáng kể trong việc bổ nhiệm Hội đồng Quản trị, và gián tiếp là Ban Điều hành. Tuy nhiên, trong trường hợp này, Hội đồng Quản trị vẫn có trách nhiệm ủy thác đối với công ty và với toàn bộ cổ đông bao gồm cả cổ đông thiểu số.

Do vậy, sự đa dạng của cơ cấu Hội đồng Quản trị, mô hình sở hữu, và thông lệ ở các quốc gia khác nhau dẫn đến các cách tiếp cận khác nhau đối với vấn đề về sự khách quan của Hội đồng Quản trị. Trong nhiều trường hợp, tính khách quan yêu cầu một số lượng đủ thành viên Hội đồng Quản trị không được làm việc ở công ty hay chi nhánh công ty và không được có quan hệ mật thiết với công ty hoặc Ban Điều hành thông qua các quan hệ kinh tế, gia đình, hay các quan hệ quan trọng khác. Điều này không cản trở cổ đông trở thành thành viên Hội đồng Quản trị. Trong các trường hợp khác, sự độc lập với cổ đông nắm quyền kiểm soát hoặc cổ đông lớn phải được nhấn mạnh, đặc biệt ở các quốc gia nơi quyền trước đây của cổ đông thiểu số còn yếu và cơ hội được giải quyết khiếu nại còn hạn chế. Điều này dẫn đến luật pháp ở một số quốc gia quy định một số thành viên Hội đồng Quản trị phải độc lập với cổ đông nắm quyền kiểm soát hoặc cổ đông lớn. Tính độc lập hàm nghĩa không làm đại diện hoặc có quan hệ kinh tế mật thiết với những cổ đông này. Trong các trường hợp khác, các bên như chủ nợ cụ thể cũng có thể có ảnh hưởng quan trọng. Mặc dù định nghĩa của các quốc gia về cổ đông lớn khác nhau, các ngưỡng tối thiểu đều phổ biến. Khi có một bên có vị trí đặc biệt ảnh hưởng tới công ty, cần phải có các cuộc kiểm tra chặt chẽ để bảo đảm đánh giá khách quan của Hội đồng Quản trị.

Khi xác định sự độc lập của thành viên Hội đồng Quản trị, một số bộ quy tắc về quản trị công ty của các quốc gia hoặc các tiêu chuẩn niêm yết trên các thị trường đã quy định các giả định chi tiết cho trường hợp không độc lập. Trong khi xây dựng các điều kiện quan trọng, các tiêu chí "phủ định" như xác định khi nào một cá nhân không được coi là độc lập thường được bổ sung bởi các ví dụ "khẳng định" về các phẩm chất làm tăng hiệu quả của tính độc lập. Mặc dù các quốc gia có cách tiếp cận khác nhau để xác định tính độc lập, một loạt tiêu chí được sử dụng, như không có quan hệ với công ty, nhóm công ty và Ban Điều hành, kiểm toán độc lập của công ty và cổ đông lớn, cũng như không có thù lao, trực tiếp hoặc gián tiếp, từ công ty hoặc nhóm công ty ngoài phí thành viên Hội đồng Quản trị. Hội đồng Quản trị cũng có thể được yêu cầu khẳng định rằng thành viên Hội đồng Quản trị độc lập với công ty vì không có quan hệ trọng yếu với công ty hoặc thành viên Hội đồng Quản trị đó không có mối quan hệ nào có thể cản trở việc thực hiện nhận định độc lập trong việc thực hiện trách nhiệm của thành viên Hội đồng Quản trị. Nhiều quốc gia cũng đặt ra nhiệm kỳ tối đa để các thành viên Hội đồng Quản trị được coi là độc lập.

Thành viên Hội đồng Quản trị độc lập có thể có đóng góp quan trọng cho việc ra quyết định của Hội đồng Quản trị. Họ có thể đem lại cái nhìn khách quan khi đánh giá hiệu quả hoạt động của Hội đồng Quản trị và Ban Điều hành. Ngoài ra, họ có thể có vai trò quan trọng trong các lĩnh vực mà lợi ích của ban lãnh đạo, công ty và cổ đông có thể bất đồng, như thù lao cho cán bộ điều hành, quy hoạch kế nhiệm, thay đổi quyền kiểm soát công ty, các biện pháp chống thâu tóm, giao dịch mua lớn, và kiểm toán. Để thực hiện được vai trò này, Hội đồng Quản trị cần tuyên bố về những người được coi là độc lập và tiêu chí để đưa ra nhận định này. Một số quốc gia cũng yêu cầu các thành viên Hội đồng Quản trị độc lập phải họp riêng định kỳ.

V.E.1. Hội đồng Quản trị phải xem xét việc bổ nhiệm một số lượng đủ các thành viên Hội đồng Quản trị độc lập có khả năng đưa ra nhận định độc lập đối với các nhiệm vụ khi có xung đột lợi ích tiềm ẩn. Ví dụ về những trách nhiệm chính như vậy là bảo đảm sự toàn vẹn của các báo cáo tài chính và báo cáo khác của công ty, rà soát giao dịch bên liên quan, và đề cử và thù lao của thành viên Hội đồng Quản trị và cán bộ điều hành chủ chốt.

Trong khi trách nhiệm về báo cáo công ty, chế độ thù lao và đề cử thường là của Hội đồng Quản trị nói chung, thành viên Hội đồng Quản trị độc lập có thể cung cấp bảo đảm thêm cho các bên tham gia thị trường rằng lợi ích của họ sẽ được bảo vệ an toàn. Hội đồng Quản trị nên thành lập các ủy ban cụ thể để xem xét các vấn đề có khả năng gây xung đột lợi ích. Các ủy ban này có thể bao gồm một số lượng tối thiểu hoặc toàn bộ là các thành viên độc lập. Ở một số quốc gia, thông lệ tốt là các ủy ban này do một thành viên Hội đồng Quản trị độc lập không điều hành làm chủ tịch. Ở một số quốc gia, cổ đông có trách nhiệm trực tiếp trong việc đề cử và bầu chọn các thành viên Hội đồng Quản trị độc lập vào các bộ phận chuyên môn.

V.E.2. Hội đồng Quản trị nên cân nhắc việc thành lập các ủy ban chuyên môn để hỗ trợ Hội đồng Quản trị thực hiện các chức năng của mình, đặc biệt là ủy ban kiểm toán, hoặc cơ quan tương đương, để giám sát việc công bố thông tin, kiểm soát nội bộ và các vấn đề liên quan đến kiểm toán. Các ủy ban khác, như ủy ban thù lao, đề cử, hoặc quản lý rủi ro, có thể hỗ trợ Hội đồng Quản trị tùy thuộc quy mô, cơ cấu, mức độ phức tạp và hồ sơ rủi ro của công ty. Nhiệm vụ, thành phần, và quy trình làm việc của các ủy ban phải được Hội đồng Quản trị quy định rõ ràng và được công bố công khai, và Hội đồng Quản trị chịu hoàn toàn trách nhiệm về các quyết định được đưa ra.

Trong trường hợp việc sử dụng các ủy ban là phù hợp với quy mô, cơ cấu, ngành hoặc mức độ phát triển của công ty cũng như nhu cầu của Hội đồng Quản trị và hồ sơ của các thành viên Hội đồng Quản trị, việc sử dụng các ủy ban có thể cải thiện công việc của Hội đồng Quản trị và cho phép tập trung sâu hơn vào các lĩnh vực cụ thể. Để đánh giá hiệu quả của các ủy ban thuộc Hội đồng Quản trị, thị trường cần được cung cấp một bức tranh hoàn chỉnh và rõ ràng về nhiệm vụ, phạm vi, quy trình làm việc, và thành phần. Thông tin như vậy đặc biệt quan trọng ở nhiều quốc gia nơi Hội đồng Quản trị được yêu cầu thành lập ủy ban kiểm toán độc lập, có thẩm quyền giám sát mối quan hệ của công ty với đơn vị kiểm toán độc lập. Các ủy ban kiểm toán cũng có thể giám hiệu quả và sự liêm chính của hệ thống kiểm soát nội bộ, có thể bao gồm bộ phận kiểm toán nội bộ.

Hầu hết các quốc gia thiết lập các quy định mang tính ràng buộc đối với hoạt động và chức năng của ủy ban kiểm toán độc lập, và đề xuất các ủy ban đề cử và thù lao trên cơ sở "tuân thủ hoặc giải trình". Mặc dù các công ty trong lĩnh vực tài chính thường phải có ủy ban quản lý rủi ro, một số quốc gia cũng quy định trách nhiệm quản lý rủi ro của các công ty không hoạt động trong ngành tài chính, yêu cầu hoặc khuyến nghị giao vai trò này cho ủy ban kiểm toán hoặc ủy ban quản lý rủi ro chuyên trách. Việc tách biệt chức năng của ủy ban kiểm toán và ủy ban quản lý rủi ro có thể có giá trị do nhận thức rõ hơn về các rủi ro ngoài rủi ro tài chính, tránh tình trạng quá tải của ủy ban kiểm toán và cho phép có nhiều thời gian hơn cho các vấn đề quản lý rủi ro.

Việc thành lập các ủy ban để tư vấn về các vấn đề khác nên để cho công ty quyết định và cần có mức độ linh hoạt và phù hợp với nhu cầu của Hội đồng Quản trị. Một số Hội đồng Quản trị thành lập ủy ban bền vững để tư vấn cho Hội đồng Quản trị về rủi ro, cơ hội, mục tiêu, và chiến lược xã hội và môi trường, bao gồm các vấn đề liên quan đến khí hậu. Một số Hội đồng Quản trị cũng thành lập ủy ban để tư vấn về quản lý rủi ro an ninh số cũng như về quá trình chuyển đổi số của công ty. Các ủy ban đặc biệt hoặc phi thể thức cũng có thể được thành lập tạm thời để đáp ứng các nhu cầu hoặc giao dịch cụ thể của công ty. Việc công bố thông tin không cần thiết phải áp dụng cho các ủy ban cụ thể được thành lập để xử lý, ví dụ như các giao dịch thương mại bí mật. Khi được thành lập, các ủy ban phải có quyền tiếp cận với thông tin cần thiết để thực hiện nhiệm vụ của ủy ban, có được nguồn lực phù hợp, và thu hút các chuyên gia hoặc cố vấn bên ngoài.

Các ủy ban có vai trò giám sát và tư vấn, và cần hiểu rõ việc toàn thể Hội đồng Quản trị vẫn hoàn toàn chịu trách nhiệm về các quyết định được đưa ra trừ khi có quy định khác về pháp lý, và trách nhiệm giám sát và giải trình của ủy ban phải rõ ràng.

V.E.3. Thành viên Hội đồng Quản trị phải cam kết thực hiện trách nhiệm của mình một cách hiệu quả.

Việc tham gia vào quá nhiều Hội đồng Quản trị hoặc ủy ban có thể ảnh hưởng tới hiệu quả của thành viên Hội đồng Quản trị. Một số quốc gia hạn chế số lượng vị trí trong Hội đồng Quản trị mà một cá nhân có thể nắm giữ. Tuy nhiên, các giới hạn cụ thể có thể ít quan trọng hon việc bảo đảm thành viên Hội đồng Quản trị hoạt động hợp pháp và có được sự tin cậy của cổ đông. Do đó, công bố thông tin về vị trí thành viên Hội đồng Quản trị và ủy ban khác và trách nhiệm của chủ tịch Hội đồng Quản trị cho cổ đông là một công cụ chính để cải thiện việc bổ nhiệm thành viên Hội đồng Quản trị và các ủy ban. Việc đạt được sự hợp pháp sẽ được tăng cường nhờ việc công bố số lần dự họp của từng thành viên Hội đồng Quản trị (chẳng hạn, họ có vắng mặt nhiều tại các cuộc họp hay không) và bất kỳ công việc gì được thực hiện nhân danh Hội đồng Quản trị và chế độ thù lao liên quan.

V.E.4. Hội đồng Quản trị nên thường xuyên thực hiện tự đánh giá để thẩm định kết quả hoạt động và đánh giá xem liệu họ có sở hữu tập hợp kiến thức, kinh nghiệm và năng lực phù hợp, bao gồm đa dạng về giới và các hình thức đa dạng khác.

Để cải thiện hoạt động và hiệu quả của thành viên Hội đồng Quản trị, ngày càng nhiều quốc gia khuyến khích các công ty tham gia đánh giá và đào tạo các ủy ban thuộc Hội đồng Quản trị. Nhiều bộ quy tắc quản trị công ty khuyến nghị đánh giá hàng năm đối với Hội đồng Quản trị, và việc này có thể được hỗ trợ định kỳ của cố vấn bên ngoài để tăng cường sự khách quan.

Trừ trường hợp cần có những năng lực nhất định, như đối với các định chế tài chính, thành viên Hội đồng Quản trị có thể cần tới những kỹ năng phù hợp khi được bổ nhiệm thông qua đào tạo và các phương thức khác. Sau đó, những biện pháp này cũng có thể hỗ trợ thành viên Hội đồng Quản trị cập nhật các luật, quy định liên quan, và rủi ro thương mại và rủi ro khác liên tục biến đổi.

Để tránh tư duy theo đám đông và đem đến sự đa dạng về tư duy trong thảo luận của Hội đồng Quản trị, cơ chế đánh giá cũng hỗ trợ Hội đồng Quản trị xem xét xem liệu họ có sở hữu tập hợp kiến thức, kinh nghiệm và năng lực phù hợp.

Điều này có thể dựa trên các tiêu chí đa dạng như giới, độ tuổi hoặc các đặc điểm nhân khẩu học khác, cũng như kinh nghiệm và chuyên môn, ví dụ như lĩnh vực kế toán, số hóa, bền vững, quản lý rủi ro, hoặc các lĩnh vực cụ thể.

Để tăng cường đa dạng về giới, nhiều quốc gia yêu cầu hoặc khuyến nghị các công ty đại chúng công bố thành phần về giới của Hội đồng Quản trị và Ban Điều hành. Một số quốc gia thiết lập chỉ tiêu bắt buộc hoặc mục tiêu tự nguyện về sự tham gia của nữ giới trong Hội đồng Quản trị và đã đạt được những kết quả rõ ràng. Các quốc gia và công ty cũng nên cân nhắc các biện pháp bổ sung để tăng cường nguồn nhân tài nữ trong toàn công ty và đẩy mạnh các giải pháp chính sách khác nhằm tăng cường sự đa dạng trong Hội đồng Quản trị và Ban Điều hành. Các biện pháp bổ sung có thể xuất phát từ các sáng kiến của chính phủ, khu vực tư nhân, và kết hợp công-tư và có thể có hình thức vận động chính sách và hoạt động nâng cao nhận thức; chương trình kết nối, cố vấn và đào tạo; thành lập các cơ quan hỗ trợ (hiệp hội doanh nghiệp nữ); chứng nhận, giải thưởng, hoặc danh sách công ty tuân thủ để kích hoạt áp lực ngang hàng; và xem xét vai trò của ủy ban đề cử và các phương pháp tuyển dụng. Một số quốc gia cũng xây dựng hướng dẫn hoặc yêu cầu nhằm bảo đảm xem xét các hình thức đa dạng khác, như về kinh nghiệm, độ tuổi, và các đặc điểm nhân khẩu học khác.

V.F. Để thực hiện trách nhiệm của mình, thành viên Hội đồng Quản trị phải được tiếp cận với thông tin chính xác, phù hợp và kịp thời.

Thành viên Hội đồng Quản trị cần được tiếp cận kịp thời với thông tin liên quan để hỗ trợ quá trình ra quyết định. Thành viên Hội đồng Quản trị không điều hành thường không được tiếp cận thông tin như cán bộ quản lý chủ chốt trong công ty. Đóng góp của thành viên Hội đồng Quản trị không điều hành đối với công ty có thể được cải thiện với việc cho họ cơ hội tiếp cận với những cán bộ quản lý chủ chốt nhất định trong công ty, như thư ký công ty, kiểm toán nội bộ, người đứng đầu bộ phận quản lý rủi ro, hoặc giám đốc quản lý rủi ro, và được sử dụng dịch vụ tư vấn độc lập bên ngoài do công ty chi trả.

Để thực hiện được trách nhiệm của mình, thành viên Hội đồng Quản trị phải được tiếp cận và bảo đảm rằng thông tin họ có được là chính xác, phù hợp và kịp thời. Trong trường hợp một công ty đại chúng là công ty mẹ của một tập đoàn, khung pháp lý cũng cần bảo đảm quyền tiếp cận của thành viên Hội đồng Quản trị với những thông tin quan trọng về hoạt động của các công ty con để quản lý rủi ro trên toàn tập đoàn và thực hiện các mục tiêu của toàn tập đoàn. Khi các ủy ban thuộc Hội đồng Quản trị được thành lập, cần áp dụng các cơ chế hiệu quả để bảo đảm toàn bộ Hội đồng Quản trị có quyền tiếp cận các thông tin liên quan. Đồng thời, khung pháp lý cần duy trì các biện pháp bảo vệ để bảo đảm người trong nội bộ sẽ không sử dụng thông tin đó vì lợi ích cá nhân của họ hoặc của người khác. Khi các công ty áp dụng các mô hình quản lý rủi ro phức tạp, thành viên Hội đồng Quản trị nên nhận thức được những hạn chế tiềm tàng của những mô hình đó.

V.G. Khi bắt buộc phải có đại diện của người lao động trong Hội đồng Quản trị, nên xây dựng cơ chế để thúc đẩy cơ hội tiếp cận thông tin và đào tạo cho đại diện của người lao động, sao cho việc đại diện này được thực hiện một cách hiệu quả và có đóng góp tốt nhất cho việc cải thiện kỹ năng, thông tin và sự độc lập của Hội đồng Quản trị.

Khi buộc phải có đại diện của người lao động trong Hội đồng Quản trị theo quy định luật pháp hay thỏa ước tập thể, hoặc được áp dụng tự nguyện, việc đại diện này nên được áp dụng theo cách có thể tối đa hoá đóng góp đối với sự độc lập, năng lực, thông tin, và đa dạng của Hội đồng Quản trị. Người đại diện của người lao động nên có nhiệm vụ và trách nhiệm tương tự như tất cả các thành viên Hội đồng Quản trị khác, và nên hành động vì lợi ích tốt nhất của công ty.

Nên thiết lập quy trình để thúc đẩy cơ hội tiếp cận thông tin, đào tạo, và kiến thức chuyên môn, và bảo đảm sự độc lập của thành viên Hội đồng Quản trị là đại diện người lao động với Tổng giám đốc và cán bộ điều hành. Những quy trình này nên bao gồm quy trình bổ nhiệm đầy đủ và minh bạch, quyền báo cáo thường xuyên cho người lao động - với điều kiện là các yêu cầu về bảo mật thông tin của Hội đồng Quản trị được tuân thủ nghiêm túc - quyền được đào tạo, và quy trình rõ ràng để quản lý xung đột lợi ích. Đóng góp tích cực cho công việc của Hội đồng Quản trị cũng yêu cầu sự chấp thuận và cộng tác mang tính xây dựng của những thành viên Hội đồng Quản trị khác cũng như của Ban Điều hành.

VI. Bền vững và năng lực chống chịu

Khuôn khổ quản trị công ty nên khuyến khích các công ty và nhà đầu tư ra quyết định và quản lý rủi ro theo cách góp phần tạo nên sự bền vững và năng lực chống chịu của công ty.

Các công ty đóng vai trò trung tâm trong nền kinh tế với việc tạo việc làm, góp phần đổi mới sáng tạo, tạo ra của cải, và cung cấp hàng hóa và dịch vụ thiết yếu. Các quốc gia đã đưa ra cam kết chuyển đổi sang nền kinh tế bền vững, không phát thải carbon/phát thải carbon thấp theo Hiệp định Paris và các Mục tiêu Phát triển Bền vững, yêu cầu các công ty phải ứng phó với các hoàn cảnh kinh doanh và quy định thay đổi nhanh chóng, có tính đến mọi chính sách và quy định hiện hành và lộ trình chuyển đổi của các quốc gia khác nhau. Ngoài ra, nhiều công ty và nhà đầu tư đang đặt ra các mục tiêu tự nguyện hoặc thực hiện các bước để dự báo chuyển đổi trong tương lai theo hướng phát triển bền vững. Một khuôn khổ quản trị công ty mạnh mẽ sẽ cho phép nhà đầu tư và công ty cân nhắc và quản lý rủi ro và cơ hội tiềm ẩn liên quan đến những lộ trình chuyển đổi đó, từ đó có thể góp phần tạo nên sự bền vững và năng lực chống chịu của nền kinh tế.

Ngoài ra, các nhà đầu tư ngày càng quan tâm đến thông tin công bố về cách thức các công ty đánh giá, nhận dạng, và quản lý rủi ro biến đổi khí hậu trọng yếu cũng như các rủi ro và cơ hội bền vững khác, bao gồm quản lý nguồn nhân lực. Để đáp ứng, nhiều quốc gia yêu cầu hoặc có kế hoạch yêu cầu công bố thông tin về mức độ rủi ro và việc quản lý các vấn đề bền vững của công ty. Đặc điểm cốt lõi của những công bố thông tin này là cung cấp cho nhà đầu tư hiểu biết tốt hơn về cơ cấu và quy trình quản lý và điều hành để quản lý các rủi ro về khí hậu và rủi ro bền vững khác cũng như xác định các cơ hội liên quan. Khuôn khổ quản trị công ty cần hỗ trợ cả việc quản lý phù hợp những rủi ro này cũng như việc công bố thông tin trọng yếu một cách nhất quán, có thể so sánh, và đáng tin cậy nhằm hỗ trợ các quyết định tài chính, đầu tư, và biểu quyết của nhà đầu tư. Sự kết hợp giữa quản trị mạnh mẽ và công bố thông tin rõ ràng sẽ tạo điều kiện để thị trường trở nên công bằng và phân bổ vốn hiệu quả, đồng thời hỗ trợ năng lực chống chịu và tăng trưởng lâu dài của các công ty.

Một số quốc gia đã định hướng các chính sách thị trường vốn để thúc đẩy khu vực doanh nghiệp bền vững và linh hoạt hơn. Nhờ làm như vậy, những chính sách đó cũng nhằm mục đích duy trì cơ hội tiếp cận thị trường vốn bằng cách ngăn chặn chi phí niêm yết công ty quá cao trong khi vẫn bảo đảm để các nhà đầu tư có quyền tiếp cận thông tin cần thiết để phân bổ vốn hiệu quả cho các công ty. Các nhà đầu tư, thành viên Hội đồng Quản trị và cán bộ điều hành chủ chốt cũng phải sẵn sàng đối thoại mang tính xây dựng về chiến lược tốt nhất nhằm hỗ trợ bền vững và năng lực chống chịu của công ty. Một công ty quan tâm đến lợi ích của các bên có quyền lợi liên quan có thể thu hút lực lượng lao động hiệu quả hơn, có được sự ủng hộ của cộng đồng nơi công ty hoạt động, và có nhiều khách hàng trung thành hơn.

Ở những quốc gia cho phép hoặc yêu cầu xem xét lợi ích của các bên có quyền lợi liên quan, các công ty vẫn cần xem xét lợi ích tài chính của cổ đông. Một công ty có lợi nhuận sẽ cung cấp việc làm cho lực lượng lao động và tạo ra giá trị cho nhà đầu tư, nhiều người trong số đó thuộc công chúng và đầu tư bằng tiền tiết kiệm hưu trí.

Các thành viên Hội đồng Quản trị công ty không được kỳ vọng sẽ chịu trách nhiệm giải quyết những thách thức lớn về môi trường và xã hội chỉ xuất phát từ nhiệm vụ của họ. Để định hướng hoạt động của công ty, các chính sách ngành giúp công ty nội hóa các yếu tố môi trường và xã hội bên ngoài cũng như các khuôn khổ quản trị công ty thiết lập những ranh giới có thể dự đoán được trong đó các thành viên Hội đồng Quản trị phải thực hiện nhiệm vụ ủy thác cần được các nhà hoạch định chính sách xem xét. Những chính sách này có thể liên quan đến, ví dụ, quy định về môi trường, hoặc trực tiếp đầu tư vào hoặc khuyến khích nghiên cứu và phát triển công nghệ có thể góp phần giải quyết các thách thức lớn về môi trường.

VI.A. Việc công bố thông tin liên quan đến bền vững phải nhất quán, có thể so sánh và đáng tin cậy, đồng thời bao gồm thông tin quan trọng quá khứ và tương lai mà một nhà đầu tư hợp lý sẽ coi là quan trọng khi ra quyết định đầu tư hoặc biểu quyết.

Để bảo đảm hiệu quả của thị trường vốn, các nhà đầu tư phải có khả năng so sánh kết quả hoạt động trong quá khứ và triển vọng tương lai của các công ty khác nhau, sau đó quyết định sẽ phân bổ vốn và tham gia trong các công ty như thế nào. Với tình trạng mới xuất hiện và nhận thức cao hơn về các rủi ro môi trường và xã hội, các nhà đầu tư yêu cầu các công ty công bố thông tin tốt hơn về quản trị, chiến lược, quản lý rủi ro (ví dụ: kết quả đánh giá rủi ro tổng thể cho các kịch bản biến đổi khí hậu khác nhau) và các số liệu liên quan đến bền vững (ví dụ liên quan đến phát thải khí nhà kính và đa dạng sinh học) có tính trọng yếu đối với nhà đầu tư khi đánh giá quan điểm và rủi ro kinh doanh của công ty.

Mặc dù các bên có quyền lợi liên quan thường không phải là người sử dụng chính đối với thông tin công bố liên quan đến sự bền vững của công ty, việc công bố thông tin có thể mang lại lợi ích cho các bên có liên quan đó. Ví dụ, việc công bố thông tin về phạm vi thương lượng tập thể và cơ chế đại diện cho lực lượng lao động có thể vừa mang tính trọng yếu để nhà đầu tư đánh giá về giá trị của công ty, vừa có liên quan đến lực lượng lao động của công ty và các bên có quyền lợi liên quan khác.

Đồng thời, khuôn khổ công bố thông tin liên quan đến bền vững phải linh hoạt, phù hợp với năng lực hiện có của các công ty và tổ chức liên quan. Việc hạn chế công bố thông tin bắt buộc liên quan đến bền vững đối với các công ty đại chúng có thể dẫn đến việc không khuyến khích các công ty phát hành cổ phiếu ra công chúng. Với những thách thức này, các nhà hoạch định chính sách có thể cần đưa ra các yêu cầu công bố thông tin liên quan đến bền vững một cách linh hoạt tùy theo quy mô và giai đoạn phát triển của công ty.

Các công ty và nhà cung cấp dịch vụ của công ty, cũng như bản thân các cơ quan quản lý, có thể phải đối mặt với những khó khăn trong quá trình tìm hiểu về các vấn đề bền vững, và có thể cần thời gian để xây dựng các quy trình phù hợp và thông lệ tốt. Tình trạng này có thể giải thích cho việc phải thiết lập thứ tự ưu tiên các yêu cầu công bố thông tin về một số vấn đề bền vững phù hợp nhất, từng bước thực hiện các yêu cầu khác như bảo đảm bên ngoài độc lập, hoặc đưa ra một số khuyến nghị về quy tắc quản trị công ty "tuân thủ hoặc giải trình".

VI.A.1. Thông tin liên quan đến bền vững có thể được coi là trọng yếu nếu nó có thể được dự đoán một cách hợp lý là sẽ ảnh hưởng đến đánh giá của nhà đầu tư về giá trị của công ty, quyết định đầu tư, hoặc biểu quyết.

Không làm ảnh hưởng đến các sáng kiến tự nguyện hoặc các quy định môi trường cụ thể có thể bao gồm các yêu cầu bổ sung về công bố thông tin, khuôn khổ công bố thông tin của công ty yêu cầu phải công bố những thông tin tối thiểu về những gì trọng yếu đối với đánh giá của nhà đầu tư về giá trị của công ty, quyết định đầu tư, hoặc biểu quyết. Đánh giá này thường bao gồm giá trị, thời gian, và sự chắc chắn của dòng tiền trong tương lai của công ty trong ngắn, trung, và dài hạn.

Thông tin trọng yếu liên quan đến bền vững có thể bao gồm các vấn đề môi trường và xã hội có thể được dự báo một cách hợp lý là sẽ ảnh hưởng đến giá trị tài sản của công ty cũng như khả năng tạo doanh thu và tăng trưởng dài hạn của công ty. Tuy nhiên, tác động của chính công ty đối với xã hội và môi trường cũng có thể được coi là trọng yếu nếu dự kiến sẽ ảnh hưởng đến giá trị của công ty, như trách nhiệm pháp lý về môi trường theo luật pháp hoặc quy định hiện hành của quốc gia hoặc lượng phát thải khí nhà kính (KNK) có thể bị giới hạn hoặc đánh thuế trong tương lai. Tương tự như vậy, các chính sách về nhân quyền và vốn nhân lực, như chương trình đào tạo, chính sách giữ chân, kế hoạch phát hành cổ phiếu cho người lao động và chiến lược đa dạng, có thể truyền đạt thông tin quan trọng về sức mạnh cạnh tranh của công ty tới các bên tham gia thị trường.

Việc xác định thông tin nào là trọng yếu có thể thay đổi theo thời gian, và tùy theo bối cảnh địa phương, hoàn cảnh cụ thể của công ty, và các yêu cầu pháp lý. Việc đánh giá thông tin trọng yếu cũng có thể xem xét các vấn đề bền vững có ý nghĩa quan trọng đối với lực lượng lao động của công ty và các bên có quyền lợi liên quan khác. Ví dụ, rủi ro về bền vững dường như không quan trọng về tài chính trong ngắn hạn, nhưng lại có sự quan tâm của xã hội có thể trở thành vấn đề tài chính trọng yếu đối với công ty về lâu dài. Ngoài ra, một số quốc gia cũng xem xét những gì trọng yếu đối với các nhà đầu tư để tính đến ảnh hưởng của công ty đối với những rủi ro không thể đa dạng hóa. Ví dụ, một nhà đầu tư có thể cho rằng giá trị được tạo ra bởi một công ty phát thải carbon lớn đang tối đa hóa lợi nhuận trong danh mục đầu tư sẽ được bù đắp bằng tổn thất về giá trị của các công ty được đầu tư khác chịu ảnh hưởng của biến đổi khí hậu. Trong bối cảnh này, một số quốc gia cũng có thể yêu cầu hoặc khuyến nghị công bố thông tin về các vấn đề bền vững quan trọng đối với các bên liên quan chính của công ty hoặc ảnh hưởng của công ty đối với các rủi ro không thể đa dạng hóa.

VI.A.2. Khuôn khổ công bố thông tin liên quan đến bền vững phải nhất quán với các chuẩn mực chất lượng cao, dễ hiểu, có thể thực thi, và được quốc tế công nhận nhằm tạo điều kiện thuận lợi cho việc so sánh thông tin công bố liên quan đến bền vững giữa các công ty và thị trường.

Hiệu quả của thị trường vốn được cải thiện nếu nhà đầu tư có thể so sánh việc công bố thông tin liên quan đến bền vững của các công ty, bao gồm những công ty niêm yết ở các quốc gia khác nhau, giúp nhà đầu tư quyết định phân bổ vốn tốt nhất và tương tác với các công ty. Sự nhất quán và khả năng tương tác giữa các khuôn khổ công bố thông tin liên quan đến bền vững của khu vực hoặc quốc gia và các chuẩn mực được quốc tế công nhận vẫn có thể cho phép sự linh hoạt cho các yêu cầu bổ sung của địa phương, bao gồm các vấn đề mà đặc điểm địa lý hoặc yêu cầu pháp lý cụ thể có thể ảnh hưởng đến tính trọng yếu.

VI.A.3. Việc công bố các vấn đề bền vững, báo cáo tài chính, và thông tin doanh nghiệp khác phải được kết nối với nhau.

Các khuôn khổ công bố thông tin của công ty, bao gồm các chuẩn mực báo cáo tài chính và các yêu cầu nộp hồ sơ theo quy định (ví dụ: bản cáo bạch chào bán cổ phiếu ra công chúng), phải có cùng mục tiêu là cung cấp thông tin mà một nhà đầu tư hợp lý sẽ coi là quan trọng trong việc ra quyết định đầu tư và biểu quyết. Theo đó, thông tin được hiểu là có tính trọng yếu trong báo cáo liên quan đến bền vững cũng cần được xem xét và đánh giá trong khi lập và trình bày báo cáo tài chính. Mức độ chặt chẽ tương tự áp dụng cho việc đo lường và báo cáo thông tin tài chính cũng nên được áp dụng cho việc đo lường và báo cáo thông tin liên quan đến bền vững. Việc bảo đảm kết nối như vậy giữa các thông tin công bố khác nhau của công ty đồng nghĩa với việc phải xem xét các vấn đề bền vững trọng yếu trong các dự toán và giả định tài chính trong báo cáo tài chính, cũng như trong công bố các rủi ro đã hoặc có thể có tác động trọng yếu đến hoạt động kinh doanh của công ty.

VI.A.4. Nếu một công ty công khai đặt mục tiêu hoặc chỉ tiêu liên quan đến bền vững, khuôn khổ công bố thông tin phải quy định về việc số liệu đáng tin cậy được công bố định kỳ theo hình thức dễ tiếp cận để cho phép nhà đầu tư đánh giá mức độ tin cậy và tiến độ hướng đến mục tiêu hoặc chỉ tiêu đã công bố.

Các mục tiêu liên quan đến bền vững, như mục tiêu giảm phát thải KNK hoặc mục tiêu được thiết lập trong kế hoạch chuyển đổi khí hậu, có thể ảnh hưởng đến đánh giá của nhà đầu tư về giá trị, thời gian, và sự chắc chắn của dòng tiền trong tương lai của công ty. Những mục tiêu này cũng có thể giúp công ty thu hút nguồn vốn từ các nhà đầu tư coi trọng vấn đề bền vững liên quan. Cả từ góc độ hiệu quả của thị trường và góc độ bảo vệ nhà đầu tư, nếu một công ty công khai thiết lập mục tiêu hoặc chỉ tiêu liên quan đến bền vững, khuôn khổ công bố thông tin phải yêu cầu công bố đầy đủ số liệu nhất quán, có thể so sánh, và đáng tin cậy. Điều này sẽ cho phép nhà đầu tư đánh giá độ tin cậy của mục tiêu đã công bố và tiến độ của Ban Điều hành trong việc đạt được mục tiêu đó. Ví dụ, việc công bố thông tin có thể bao gồm việc xác định các mục tiêu tạm thời khi một mục tiêu dài hạn được công bố, việc công bố nhất quán hàng năm các chỉ số bền vững liên quan, và hành động khắc phục khả thi mà công ty dự định thực hiện để giải quyết tình trạng kém hiệu quả so với mục tiêu.

VI.A.5. Cần cân nhắc việc áp dụng từng giai đoạn các yêu cầu đối với việc cấp chứng nhận bảo đảm hàng năm của một nhà cung cấp dịch vụ chứng nhận độc lập, có năng lực và đủ tiêu chuẩn theo các tiêu chuẩn bảo đảm chất lượng cao được quốc tế công nhận nhằm đưa ra đánh giá bên ngoài và khách quan về việc công bố thông tin liên quan đến bền vững của công ty.

Công bố thông tin liên quan đến bền vững được xem xét bởi một nhà cung cấp dịch vụ chứng nhận độc lập, có năng lực, và đủ tiêu chuẩn có thể làm tăng niềm tin của nhà đầu tư đối với thông tin được công bố và khả năng so sánh thông tin liên quan đến bền vững giữa các công ty. Bất cứ khi nào không thể bảo đảm chất lượng cao cho mọi thông tin liên quan đến bền vững được công bố hoặc việc công bố quá tốn kém, có thể xem xét đánh giá bắt buộc đối với các chỉ số hoặc công bố thông tin liên quan đến bền vững có liên quan nhất, như phát thải khí nhà kính. Tuy nhiên, hội tụ nhiều hơn về mức độ bảo đảm giữa báo cáo tài chính và công bố thông tin liên quan đến bền vững sẽ là mục tiêu dài hạn.

VI.B. Khuôn khổ quản trị công ty phải cho phép đối thoại giữa công ty, cổ đông, và các bên có quyền lợi liên quan để trao đổi quan điểm về các vấn đề bền vững phù hợp với chiến lược kinh doanh của công ty, và đánh giá của công ty về những vấn đề cần được coi là trọng yếu.

Đại hội đồng cổ đông cung cấp một diễn đàn quan trọng cho quy trình ra quyết định. Đối thoại giữa công ty, cổ đông, lực lượng lao động, và các bên có quyền lợi liên quan khác cũng có thể đóng vai trò thiết yếu trong việc cung cấp thông tin cho quá trình ra quyết định của Ban Điều hành và xây dựng niềm tin vào chiến lược kinh doanh dài hạn. Mặc dù cuộc đối thoại như vậy có thể hữu ích cho một loạt các vấn đề, điều này đặc biệt quan trọng đối với các quyết định nhằm cải thiện sự bền vững và năng lực chống chịu của công ty, có thể đại diện cho dòng tiền ra trong ngắn hạn trong khi tạo ra lợi ích lâu dài. Đối thoại như vậy cũng có thể hữu ích cho công ty trong việc đánh giá những vấn đề bền vững quan trọng và do đó cần được công bố. Khi đối thoại với cổ đông, công ty phải tuân thủ nguyên tắc đối xử bình đẳng với cổ đông.

VI.B.1. Khi các khuôn khổ quản trị công ty cho phép các công ty hiện tại áp dụng các hình thức doanh nghiệp kết hợp cả mục tiêu vì lợi nhuận và lợi ích công cộng, các khuôn khổ đó phải quy định về việc xem xét đúng mức quyền của cổ đông bất đồng quan điểm.

Một số quốc gia có khuôn khổ cho việc thành lập các công ty công ích hoặc các hình thức công ty cụ thể khác cho phép các công ty kết hợp cả mục tiêu vì lợi nhuận và lợi ích công cộng, cho phép các công ty theo đuổi những mục tiêu rõ ràng liên quan đến các vấn đề môi trường và xã hội. Trong những trường hợp một công ty hoạt động vì lợi nhuận đặt ra các mục tiêu lợi ích công cộng, điều quan trọng là phải có cơ chế phù hợp để xem xét đúng mức quyền của cổ đông bất đồng quan điểm. Những giải pháp khả thi để bảo vệ lợi ích của cổ đông bất đồng quan điểm có thể bao gồm việc yêu cầu chấp thuận của cổ đông thiểu số hoặc phê duyệt của cổ đông đa số đối với công ty để bổ sung các mục tiêu lợi ích công cộng vào các điều khoản thành lập, hoặc quy định quyền cho những cổ đông bất đồng quan điểm bán lại cổ phần cho công ty ở mức giá hợp lý.

VI.C. Khuôn khổ quản trị công ty phải bảo đảm để Hội đồng Quản trị xem xét đầy đủ các rủi ro và cơ hội bền vững trọng yếu khi thực hiện các chức năng chính về rà soát, giám sát, và chỉ đạo thực hiện các thông lệ quản trị, công bố thông tin, chiến lược, quản lý rủi ro, và hệ thống kiểm soát nội bộ, bao gồm các rủi ro chuyển đổi và vật chất liên quan đến khí hậu.

Khi thực hiện các chức năng chính, Hội đồng Quản trị ngày càng bảo đảm xem xét đầy đủ các vấn đề bền vững vật chất. Đáng chú ý là Hội đồng Quản trị có vai trò bảo đảm rằng việc quản trị và kiểm soát nội bộ hiệu quả được áp dụng nhằm nâng cao độ tin cậy và tín nhiệm của việc công bố thông tin liên quan đến bền vững. Ví dụ, Hội đồng Quản trị có thể đánh giá xem liệu các vấn đề về bền vững có ảnh hưởng đến hồ sơ rủi ro của công ty hay không và ảnh hưởng như thế nào. Những đánh giá như vậy cũng có thể liên quan đến thù lao và đề cử của cán bộ điều hành chủ chốt (ví dụ: liệu các mục tiêu được tích hợp vào kế hoạch lương thưởng của cán bộ điều hành có thể định lượng được hay không, có gắn với rủi ro trọng yếu về tài chính và khuyến khích tầm nhìn dài hạn) hay cách Hội đồng Quản trị và các ủy ban thuộc Hội đồng Quản trị tiếp cận vấn đề bền vững. Hướng dẫn của OECD về thẩm định hành vi kinh doanh có trách nhiệm có thể cung cấp khuôn khổ quan trọng để tích hợp các yếu tố bền vững vào các hệ thống và quy trình quản lý rủi ro.

VI.C.1. Hội đồng Quản trị nên bảo đảm rằng hoạt động vận động hành lang của công ty nhất quán với các mục tiêu và chỉ tiêu liên quan đến bền vững của công ty.

Hội đồng Quản trị nên giám sát một cách hiệu quả các hoạt động vận động hành lang và tài chính của Ban Điều hành nhân danh công ty, để bảo đảm rằng Ban Điều hành quan tâm đúng mức đến chiến lược dài hạn về bền vững đã được Hội đồng Quản trị thông qua. Ví dụ: việc vận động hành lang chống lại bất kỳ chính sách định giá carbon nào có thể sẽ làm tăng lợi nhuận ngắn hạn của công ty nhưng không phù hợp với mục tiêu của công ty là chuyển đổi sang nền kinh tế carbon thấp. Ở một số quốc gia, Hội đồng Quản trị cũng có vai trò giám sát việc công bố các khoản quyên góp chính trị, bao gồm các hoạt động liên quan đến vận động hành lang.

VI.C.2. Hội đồng Quản trị nên đánh giá xem cơ cấu vốn của công ty có tương thích với các mục tiêu chiến lược và khẩu vị rủi ro liên quan hay không để bảo đảm công ty có năng lực chống chịu trong các tình huống khác nhau.

Ban Điều hành và thành viên Hội đồng Quản trị có vị thế tốt nhất để quyết định xem cơ cấu vốn của công ty có tương thích với các mục tiêu chiến lược và khẩu vị rủi ro liên quan của công ty hay không, trong phạm vi các hạn chế hiện có do cổ đông đặt ra. Để bảo đảm sự lành mạnh về tài chính của công ty, Hội đồng Quản trị cần giám sát cơ cấu vốn và mức độ đủ vốn với cân nhắc phù hợp về các kịch bản khác nhau, bao gồm cả những kịch bản có xác suất thấp nhưng tác động cao.

VI.D. Khuôn khổ quản trị công ty cần xem xét quyền, vai trò, và lợi ích của các bên có quyền lợi liên quan và khuyến khích hợp tác tích cực giữa công ty, cổ đông, và các bên có quyền lợi liên quan trong việc tạo ra giá trị, tạo ra việc làm có chất lượng, và giúp các công ty bền vững và có năng lực chống chịu.

Quản trị công ty nhằm mục đích khuyến khích các bên có quyền lợi liên quan khác nhau trong công ty thực hiện mức đầu tư tối ưu về kinh tế vào vốn nhân lực và vật chất cụ thể cho công ty. Đối với người lao động, công ty nơi họ làm việc không chỉ là nguồn thu nhập mà còn là nơi họ dành phần lớn cuộc đời và sự bền vững lâu dài của công ty có ý nghĩa quan trọng đối với họ. Năng lực cạnh tranh và thành công cuối cùng của công ty là kết quả của hoạt động đồng đội, với đóng góp của nhiều nhà cung cấp nguồn lực khác nhau bao gồm nhà đầu tư, lực lượng lao động, chủ nợ, khách hàng, cộng đồng bị ảnh hưởng, nhà cung cấp, và các bên có quyền lợi liên quan khác. Các công ty nên nhận thức được rằng đóng góp của các bên có quyền lợi liên quan tạo thành nguồn lực quý giá để xây dựng hoạt động kinh doanh có tính cạnh tranh và có lợi nhuận. Do đó, việc thúc đẩy hợp tác tạo ra giá trị giữa các bên có quyền lợi liên quan có thể mang lại lợi ích lâu dài cho các công ty.

VI.D.1. Quyền của các bên có quyền lợi liên quan được pháp luật quy định hoặc theo các thỏa thuận song phương phải được tuân thủ.

Quyền của các bên có quyền lợi liên quan phần lớn được pháp luật quy định (ví dụ: luật lao động, luật kinh doanh, luật thương mại, luật môi trường, và luật phá sản) hoặc quan hệ hợp đồng mà các công ty phải tuân thủ. Ở một số quốc gia, các công ty bắt buộc phải thực hiện đánh giá sự phù hợp về quyền con người và môi trường. Tuy nhiên, ngay cả ở những nơi lợi ích của các bên có quyền lợi liên quan không được pháp luật quy định hoặc thiết lập theo hợp đồng, nhiều công ty thường cam kết bổ sung với các bên có quyền lợi liên quan, vì mối quan tâm về danh tiếng doanh nghiệp và hiệu quả hoạt động của công ty thường yêu cầu phải công nhận những lợi ích lớn hơn cho các đối tượng này. Ở một số quốc gia, điều này có thể đạt được nếu các công ty sử dụng *Hướng dẫn của OECD dành cho Doanh nghiệp Đa quốc gia* và các tiêu chuẩn thẩm định liên quan cho việc đánh giá dựa trên rủi ro nhằm nhận dạng, phòng ngừa, và giảm thiểu các tác động bất lợi thực tế và tiềm ẩn đối với hoạt động kinh doanh của công ty, và giải thích cách thức giải quyết những tác động này.

VI.D.2. Khi lợi ích của các bên liên quan được pháp luật bảo vệ, các bên liên quan phải có cơ hội được được khiếu nại hiệu quả đối với hành vi vi phạm quyền lợi của mình với chi phí hợp lý và không chậm trễ quá mức.

Khung và quy trình pháp luật phải minh bạch và không cản trở việc các bên có quyền lợi liên quan trao đổi và khiếu nại đối với hành vi vi phạm quyền lợi của mình với chi phí hợp lý và không chậm trễ quá mức.

VI.D.3. Cần cho phép phát triển các cơ chế cải thiện sự tham gia của người lao động.

Mức độ người lao động tham gia quản trị công ty phụ thuộc vào luật pháp và thông lệ ở mỗi quốc gia và có thể khác nhau ở mỗi công ty. Trong quản trị công ty, cơ chế cho sự tham gia của người lao động có thể làm lợi cho công ty cả trực tiếp và gián tiếp thông qua việc người lao động sẵn sàng đầu tư nâng cao các kỹ năng đáp ứng nhu cầu cụ thể của công ty. Ví dụ về cơ chế cải thiện sự tham gia của người lao động bao gồm việc người lao động có đại diện trong Hội đồng Quản trị, và các quy trình quản trị như ủy ban lao động có cân nhắc quan điểm của người lao động trong một số quyết định quan trọng. Các công ước quốc tế và quy chuẩn quốc gia cũng công nhận quyền của người lao động trong việc tiếp cận thông tin, tham khảo ý kiến, và đàm phán. Liên quan đến cơ chế cải thiện hiệu quả công việc, kế hoạch phát hành cổ phiếu cho người lao động hay các cơ chế phân chia lợi nhuận khác là các biện pháp thường áp dụng ở nhiều quốc gia. Các cam kết về lương hưu cũng thường là một yếu tố trong mối quan hệ giữa công ty và người lao động. Khi các cam kết như vậy liên quan tới việc xây dựng một quỹ độc lập, người được giao quản lý quỹ phải độc lập với Ban Điều hành công ty và thực hiện quản lý quỹ vì lợi ích của toàn bộ người thụ hưởng.

VI.D.4. Khi các bên có quyền lợi liên quan tham gia quy trình quản trị công ty, họ phải được tiếp cận với thông tin liên quan, đầy đủ, và đáng tin cậy một cách kịp thời và thường xuyên.

Khi luật pháp và thông lệ khuôn khổ quản trị công ty cho phép các bên có quyền lợi liên quan tham gia quản trị công ty, việc các bên có quyền lợi liên quan được tiếp cận thông tin cần thiết để thực hiện trách nhiệm của họ là rất quan trọng.

VI.D.5. Các bên có quyền lợi liên quan, bao gồm người lao động và tổ chức đại diện cho người lao động, phải được tự do bày tỏ lo ngại về những hành vi bất hợp pháp hoặc không phù hợp đạo đức tới Hội đồng Quản trị và cơ quan nhà nước có thẩm quyền, và việc này không được phép ảnh hưởng tới các quyền của họ.

Các hành vi phi đạo đức và bất hợp pháp của các quan chức công ty có thể không chỉ vi phạm quyền của các bên có quyền lợi liên quan mà còn gây bất lợi cho công ty về mặt ảnh hưởng đến danh tiếng. Do đó, điều quan trọng là công ty phải thiết lập chính sách tố giác bảo mật với quy trình và biện pháp an toàn để người lao động khiếu nại, trực tiếp hoặc thông qua cơ quan đại diện của người lao động, và những người khác ngoài công ty, liên quan đến hành vi bất hợp pháp và phi đạo đức. Hội đồng Quản trị nên bảo vệ những cá nhân và cơ quan đại diện này và cho phép họ tiếp cận trực tiếp một cách bí mật với một thành viên độc lập trong Hội đồng Quản trị, thường là thành viên của ủy ban kiểm toán hoặc ủy ban đạo đức. Một số công ty đã thành lập cơ quan thanh tra để giải quyết khiếu nại. Các cơ quan hữu quan cũng thiết lập số điện thoại và e-mail bảo mật để tiếp nhận khiếu nại. Mặc dù ở một số quốc gia nhất định, các cơ quan đại diện cho người lao động đảm nhận nhiệm vụ truyền đạt những lo ngại cho công ty, không nên loại trừ hoặc giảm mức độ bảo vệ cho từng người lao động khi hành động một mình. Trong trường hợp không có hành động khắc phục kịp thời hoặc đứng trước nguy cơ hợp lý về hành động tiêu cực đối với khiếu nại liên quan đến hành vi vi phạm pháp luật, người lao động được khuyến khích báo cáo khiếu nại thiện ý cho cơ quan có thẩm quyền. Nhiều quốc gia cũng cho phép quy định đưa các trường hợp bị cáo buộc vi phạm *Hướng dẫn của OECD dành cho Doanh nghiệp Đa quốc gia* tới Đầu mối Liên hệ Quốc gia liên quan. Công ty không nên có hành động phân biệt đối xử hoặc kỷ luật đối với những người lao động hoặc cơ quan đó.

VI.D.6. Cần tạo điều kiện thuận lợi cho việc thực hiện quyền của trái chủ trong công ty đại chúng.

Sự gia tăng đáng kể và kéo dài trong việc sử dụng tài trợ bằng trái phiếu của các công ty đại chúng và các công ty con bảo đảm sự chú ý nhiều hơn đến vai trò và quyền của trái chủ trong quản trị công ty, cũng như tầm quan trọng của nó đối với năng lực chống chịu của các công ty.

Trong các đợt phát hành trái phiếu cho một số lượng lớn nhà đầu tư, một người quản lý trái phiếu độc lập thường được chỉ định đại diện cho các nhà đầu tư, xem xét các trường hợp vi phạm hợp đồng và bảo vệ lợi ích của trái chủ trong quá trình tái cơ cấu nợ. Mặc dù phạm vi hoạt động chính xác của người được ủy thác thường được quy định theo hợp đồng, các nhà hoạch định chính sách có thể ban hành quy định liên quan đến tư cách hợp lệ của người được ủy thác và nghĩa vụ của người đó trước và trong khi mất khả năng thanh toán.

Việc thực hiện quyền của trái chủ cũng có thể được tạo điều kiện thuận lợi bằng cách khuyến khích các nhà đầu tư tổ chức giám sát và tham gia với các công ty. Các nhà đầu tư tổ chức có mô hình kinh doanh và cơ cấu trách nhiệm khác nhau, và do đó sẽ có những động cơ rõ rệt để ít nhiều tích cực hoạt động trong vai trò trái chủ. Tuy nhiên, khuôn khổ quản trị công ty có thể thúc đẩy các nhà đầu tư tích cực hơn trong vai trò chủ nợ, như khuyến nghị trong bộ quy tắc quản lý về việc các bên ký kết có thể chủ động thực hiện các quyền của mình đối với trái phiếu doanh nghiệp. Ngoài ra, các sáng kiến thị trường có thể hữu ích trong việc thiết lập các chuẩn mực và khuyến khích việc sử dụng các giao ước có hiệu lực thi hành và được xác định rõ ràng. Có thể cần tránh việc sử dụng các chỉ số tài chính có thể điều chỉnh khiến tổ chức phát hành có thể tự xác định liệu họ có tuân thủ hợp đồng hay không.

Tái cơ cấu nợ ngoài tòa án, như trao đổi liên quan đến nợ xấu, thường hiệu quả hơn về chi phí so với thủ tục phá sản chính thức và do đó việc sử dụng phương thức này có thể được thúc đẩy mạnh mẽ. Ngoài việc tuân thủ các tiêu chuẩn được quốc tế công nhận về quyền chủ nợ và khuôn khổ phá sản, các quốc gia có thể hưởng lợi từ việc tạo điều kiện cho trái chủ tham gia tái cơ cấu nợ ngoài tòa án của các công ty đại chúng. Ví dụ, hướng dẫn rõ ràng về cách áp dụng các quy tắc giao dịch nội gián trong quá trình cơ cấu lại nợ hoặc đàm phán từ bỏ khế ước có thể mang lại sự thoải mái hơn cho trái chủ khi tham gia các quy trình đó. Một khả năng khác là khiến cho việc xác định trái chủ dễ dàng hơn để doanh nghiệp mắc nợ có thể nhanh chóng tìm thấy trái chủ để bắt đầu đàm phán tái cơ cấu nợ. Tuy nhiên, việc này phải tuân thủ pháp luật về thẩm quyền, như cơ chế xử lý và tái cơ cấu áp dụng đối với các ngân hàng và tổ chức tín dụng ở một số quốc gia.

VI.D.7. Khuôn khổ quản trị công ty cần được bổ sung bằng khuôn khổ phá sản hiệu quả và hiệu lực cũng như việc thực thi hiệu quả quyền của chủ nợ.

Chủ nợ là các bên có quyền lợi liên quan chính và các điều khoản, khối lượng và loại hình tín dụng được cấp cho các công ty sẽ phụ thuộc đáng kể vào quyền của họ cũng như năng lực thực thi. Các công ty có lịch sử quản trị công ty tốt thường có thể vay số tiền lớn hơn với điều kiện thuận lợi hơn so với những công ty có thành tích quản trị công ty kém hoặc hoạt động ở những thị trường kém minh bạch hơn. Khuôn khổ phá sản của doanh nghiệp rất khác nhau giữa các quốc gia. Ở một số quốc gia, khi các công ty sắp mất khả năng thanh toán, khuôn khổ pháp lý áp đặt nghĩa vụ đối với các thành viên Hội đồng Quản trị phải hành động vì lợi ích của chủ nợ, do đó, những người này có thể đóng vai trò nổi bật trong quản trị công ty.

Quyền của chủ nợ cũng khác nhau, từ trái chủ có bảo đảm đến chủ nợ không có bảo đảm. Thủ tục phá sản thường yêu cầu các cơ chế hiệu quả để dung hòa lợi ích của các nhóm chủ nợ khác nhau. Ở nhiều quốc gia, quy định được đưa ra đối với các quyền đặc biệt như việc tài trợ cho "bên nợ được bảo hộ phá sản" nhằm khuyến khích/bảo vệ các khoản tiền mới được cấp cho công ty phá sản.

www.ingramcontent.com/pod-product-compliance
Lightning Source LLC
LaVergne TN
LVHW082053051026
849532LV00011B/3576
* 9 7 8 9 2 6 4 6 7 0 3 4 1 *